నిన్నుకోరి

తేజోరామ

Ninnu Kori
By
Tejoram Chamarthi

Ph: +918985603910

Copy Right: Tejoram Chamarthi

Published By: Kasturi Vijayam
Published on: April,2024

ISBN (Paperback): 978-81-969150-3-2

Print On Demand

Ph:0091-9515054998
Email: Kasturivijayam@gmail.com
Book Available
@
Amazon, flipkart

అంకితం

నా వెన్నంటి ఉండి నా ప్రతి రచనను ప్రోత్సహించే నా తల్లితండ్రులు సత్యనారాయణ శాస్త్రి, సూర్య లక్ష్మి దంపతులకి ఈ పుస్తకం అంకితం ఇస్తున్నాను.

తేజోరామ్

ముందు మాట – 1

రచయిత కథల్లో కథకై నిర్మించిన పాత్రల్లో ఓ పాఠకుడు ఎలా తనని తను మరచి కథలోని పాత్రల్లో లీనమై తమని చూసుకోవటం అన్నది ఎక్కడో ఒక పాయింట్ దగ్గర ఖచ్చితంగా జరిగే విషయం. అలాంటి భావన ని కలిగించే రచయిత తేజోరామ్ గారు.... అనటం లో అతిశయోక్తి కాదు.

రచయిత తేజోరామ్ గారి రచనల్లో వాస్తవిక దృశ్యాల ప్రస్తావన... ప్రస్తుత పరిస్థితుల పోకడ... అందులో మనిషి గమనం అన్నిటిని కలగలిపి అర్ధవంతంగా చూపించగల విభిన్నశైలి వారికే సొంతం.

రాసే కవితల్లో ఓ చిన్న భావం అందంగా అల్లుకుని చదివే మనసుకి హాయిని ఇచ్చేలా... రాసే వ్యాసం లో విపులంగా వివరించే వివరణ, రాసే ధారావాహికలో ప్రతి పాత్రలో ఓ రూపం అక్షరాలతో మలచి అందంగా... ప్రాణం పోసి మాట్లాడించినట్టుగా అనిపిస్తుంది.

ప్రతి కథనం లో భిన్నశైలి కనబడుతుంది. ఒక్కో కథ లో ఓ సందేశం ఇమిడి ఉంటుంది. ఒక్కో పాత్రలో ఓ నిజం కనబడుతుంది. ఒక్కో మలుపు లో ఆశ్చర్యం చోటు చేసుకుంటుంది. ఒక్కో రచనలో భిన్నమైన కథనం తో ఒక్కో పాత్రలో... విపులంగా వివరించే విధానం అద్భుతం. వాస్తవికతకి చాలా దగ్గరగా మన చుట్టు ఉన్న పరిస్థితులని అవగతం చేసుకునేలా.... ఒకప్పటి కాలానికి ప్రస్తుత పోకడకి మధ్య ఉన్న వ్యత్యాసం... అన్నిటిని వివరించే విధానం చాలా బావుంటుంది.

ఎన్నో తెలీని విశేషాలని చరిత్ర అంటూ నిన్నటి గురించి చెప్పే వివరణలు... రాబోయే కాలపు గమనం లో అభివృద్ధి అంటూ వచ్చే పరిస్థితులు.... చక్కగా వివరించటం జరుగుతుంది.

ఇక ప్రస్తుత ధారావాహిక లో కుటుంబం, విలువలు, పద్ధతులు, ఆలోచన విధానాలు, ప్రేమ... అందుకు కట్టుబడి ఉండే తత్త్వం ఒకప్పటి ప్రేమలో... ఉన్న దృఢత్వం ఇప్పటి కాలపు ఆలోచనలు చాలా అర్ధవంతంగా వివరించటం జరిగింది.

లోకం పోకడ అంటూ పరుగెత్తే ఆలోచనలతో జీవితాన్ని అస్తవ్యస్తం చేసుకునే అమ్మాయి తత్త్వం ముడిపడిన బంధాన్ని ఎలా అయినా సరే నిలుపుకోవాలి అనుకునే అబ్బాయి తత్త్వం.

తొందరపడి అడుగులు కదిపినా కాస్త ఆలోచనతో తిరిగి జీవితాన్ని నిలుపుకునే మరో అమ్మాయి... అన్నిటిని అవగాహన చేసుకుని... కుటుంబాన్ని నిలుపుకునేలా ఆలోచన చేసే

అబ్బాయి ఇలా ప్రతి పాత్రలో రోజు మనకు దగ్గర్లో చూసామా ఇలా అనేలా ఓ భావం కలుగుతుంది.

ప్రేమ... నమ్మకం... విలువలు... కుటుంబం ఇవన్నీ మనిషి జీవన విధానంలో ముఖ్య పాత్ర పోషించే విషయాలు. వాటిని అవగాహన చేసుకునే విధానాన్ని బట్టి అడుగులు ఆపై ఫలితాలు ఉంటాయి అన్నది చాలా చక్కగా వివరించబడిన విషయం.

నిన్ను కోరి అంటూ కోరుకున్న మనసుని సంపాదించింది. కోరుకున్న కుటుంబాన్ని సొంతం చేసుకుంది...

ఓ మంచి కుటుంబ కథనం

ఓ మధురమైన ప్రేమ కావ్యం

ఓ అందమైన దృశ్య రూపం

మనసుకి హత్తుకునేలా రాయడం లో మీకు మీరే సాటి.... ఇలాంటి కథలు మరెన్నో మీ కలం నుండి రావాలని మనస్ఫూర్తిగా కోరుకుంటున్నాను. ✍

- జయ(రచయత)

ముందు మాట 2

తేజోరామ్ గారు... పేరులోనే చాలా అర్థవంతమైన పదాలు వున్నాయి. ఆ పేరుకి తగ్గటే, తాను ఏలా రాయాలో అంతకన్న ఎక్కువగా ఏది ఎలా చెప్పాలో, అర్థం అయ్యేటట్లుగా అర్థవంతంగా వివరిస్తూ కుండలు బద్దలుకొట్టే తత్త్వం. నిజాలను తన పాత్రలతో చెబుతూ... ఎదుటివారికి మళ్ళీ ప్రశ్నలు వేస్తూ వారిని సరైన జవాబులతో సమాధాన పరుస్తూ ముందుకు వెళ్తున్నారు. తమ పనిలో ఎంత నిమగ్నమైనా అన్ని విషయాలు వివరంగా వివరిస్తూ రాస్తున్నారు అన్నది ఆ బుక్ చదివిన వారికి అర్థం అవుతుంది.

★నిన్ను కోరి★ ప్రేమ కావ్యం నవల పుస్తక రూపంలో వస్తుందని చెప్పగానే మళ్ళీ నవలలోని ప్రతి పాత్ర నా కళ్ళ ముందు కదిలాయి. ప్రేమను చూపించడం, ప్రేమను పొందడం,అన్ని కలగలిపిన ప్రేమ, బంధం, బాధ్యతతో జై, సుమిత్ర, శ్రీ హంసదాతనం, శ్రీజ లాంటి అమ్మాయి తో బంధం ను సాగించటం, కుటుంబం ను కలపడం, ఆదర్శంగా చాలా థ్రిల్..థ్రిల్లర్ కథ గా అందంగా అందించారు.

రామ్ గారు రాసిన పదాలు ఎదుటి వారి ఆలోచనలోకి దూసుకువెళ్ళే వేడి కిరణాలుగా పాఠకుడి సమీక్షకి ఓ వన్నె తెచ్చేలా రాస్తారు. తేజోరామ్ గారు ఇంకా ప్రతిలిపిలో రాస్తున్న ఇతర సీరిస్లు కూడా అద్భుతంగా వున్నాయి. చాలా కథలు రాశారు. అద్భుతంగా ఉన్నాయి మీరు కూడా చదివి ఆనందిస్తారని అనుకుంటున్నాను. ఇలాంటి కథలు ఊరికే రాయలేరు. బొగ్గులో కాలితేనే బంగారం విలువని పొందుతుంది. తన రచనలు ప్రచురణ రూపంలో మరో రూపు సంతరించుకుంది.

ఇంకా కొత్త కథలు రాస్తూ ప్రతి అడుగు విజయపథం దిక్కుకు వెళ్ళి విజయం తేజోరామ్ కి దక్కాలని నేను మనస్ఫూర్తిగా కోరుకుంటూ వారికి నా శుభాభినందనలు అందిస్తూ...

- P రాధిక 'కారుణ్య'

- (అభిమనురాలు) రచయిత

ముందు మాట 3

తేజోరామ్ గారిది అత్యంత సహజ శైలి...ప్రేమ ఆప్యాయతలు ఎక్కువగా తన రచనలలో చోటు చేసుకున్నాయి...కుటుంబ సభ్యుల మధ్య బంధాలు, అనుబంధాలు, ఆత్మీయతలు ఎలా ఉండాలో కథల ద్వారా చక్కని పాత్రలతో నేటి తరానికి తెలియ జేస్తారు... అడుగంటి పోతున్న నైతిక విలువలకు ప్రాణం పోస్తారు. నిన్ను కోరి సీరియల్ సంబంధించి రెండు విభిన్న నేపథ్యాలు కల కుటుంబాలు ఆస్తులు అంతరాలు ఊహకు అందనంత వ్యత్యాసం ఉన్నప్పటికి నాలుగు జంటల ప్రేమ కథల గురించి చాలా అద్భుతంగా రాశారు... ఒకప్పటి ప్రేమ వివాహాలు, విడిపోయిన అన్నా చెల్లెలు, నేటి ఆధునిక జీవన శైలిలో మంచికి చెడుకు తేడా లేకుండా యువత పెద్ద్రోవ పట్టడం, కథలో హీరోలు నిజమైన ప్రేమకు నిదర్శనం నిలబడడం.

సీరియల్ మొదలు కావడమే సంపన్న కుటుంబంలో ఉండే దర్పం, మధ్యతరగతి కుటుంబంలో ఉండే అణుకువ నిజ జీవితంలో కనిపించే చిత్రాల్లో అద్దినట్లు రాశారు...

మంచికి ఎన్ని కష్టాలు ఎదురైనా నిజమైన ప్రేమ తోడు దొరికింది అని శ్రీ, శ్రీజ జంట తెలియజేస్తే, సుమిత్ర లాంటి గర్వమున్న యువతకు జై లాంటి ధైర్యస్తుడు అండగా నిలిచాడు... సీరియల్ లో నవరస భావాలు సమ తూకంలో రచించారు.

కథ చదువుతున్నంత సేపు ఆ పాత్రలు కళ్ళ ముందు కదలాడుతూనే ఉన్నాయి... శ్రీ, జై వ్యక్తిత్వాలు ఉన్న యువత నేడు కరువైంది అనే విషయం మనకు తెలుస్తుంది

రచయిత రచనా శైలి విషయానికి వస్తే అతి సరళంగా ఉంటూ మన చుట్టూ ఉన్న సమాజానికి మంచి సందేశం అందిస్తూ మనం కూడా ఆ కథలో దూరిపోయేలా ఆసక్తికరంగా వుంటుంది. అంతే కాకుండా మనల్ని కూడా ఆలోచింప చేసేలా రాస్తారు.

- ధనలక్ష్మి(రచయత)

నా మాట

ప్రియమైన పాఠకులు అందరికి నా నమస్కారాలు. నా పేరు తేజోరామ్, నేను డిగ్రీ పూర్తి చేసి సాఫ్ట్వేర్ రంగంలో పని చేస్తున్నాను. నాకు చదవడం రాయడం అంటే చాల ఆసక్తి, అలా వీలు ఉన్నప్పుడల్లా చదవడం రాయడం చేసేవాడిని.

నాకు మన దేశ చరిత్ర పురాణాలూ తెలుసుకోవడం చాల ఇష్టం, అలాగే వివిధ దేశాల చరిత్ర ఇంక వారి జీవన విధానాలు తెలుసుకోవడంలో చాల ఆసక్తి ఎక్కువ. అలా నేను తెలుసుకున్న విషయాలు కూడా నా రచనల్లో పొందు పరుస్తూ ఉంటాను.

చరిత్రతో జీవనం చేస్తే తప్ప చరిత్ర గొప్పతనం తెలీదు అంటారు కదా, అలాగే మన చరిత్ర గొప్పతనం తెలుసుకోవడానికి నేను నా వంతు ప్రయత్నం చేస్తాను, నాకు దొరికిన కొద్దీ సమయంలో రచనలు చేయడంతో పాటుబాడ్మింటన్ ఆడుతూ కాలం గడుపుతాను.

అలాగే నాకు భౌతిక శాస్త్రం లోతుగా తెలుసుకోవడం ఇష్టం, అలాగే భూగోళ శాస్త్రం కూడా, నా రచనల్లో వీటి ప్రస్తావన కూడా ఉంటుంది.

అలాగే ప్రేమ గురించి నాకు అర్ధం అయింది నా రచనల్లో రాస్తూ ఉంటాను, ఎంత అర్ధం చేసుకున్న అర్ధం కానిది ప్రేమ అని దాన్ని శోధించి సాధించే అనుభవం నాకు లేదు అని నాకు తెలుసు, కానీ నాకు అర్ధమైంది నా రచనల్లో మేళవిస్తూ ఉంటాను.

నా ఆలోచనలను అభిప్రాయాలను చిన్న కథలు కవితల రూపంలో మొదట రాస్తూ ఉండేవాడిని, ఒక రెండు సంవత్సరాల కాలంగా ప్రతిలిపిలో కథలు కవితలు నవలలు రాయడం జరిగింది.

నేను రాసిన "నిన్ను కోరి " నవల పూర్తిగా నా సొంతం అని దేనికి కాపీ కాదు అని అలాగే ఇందులో పాత్రలు సన్నివేశాలు అన్ని కల్పితం అని నేను తెలియజేస్తున్నాను.

తేజోరామ్

నిన్నుకోరి

అదో సువిశాల భవనం, భాగ్యనగరంకి దగ్గరలో ఉంది. ఆ భవనం చూస్తుంటే పెద్ద రాజకోట ని తలపిస్తున్న భవన నిర్మాణం, చుట్టూ ప్రహరీ గోడలు ఎవర్నీ లోనికి రానివ్వను అన్నట్టుగా ఆకాశాన్ని తాకుతున్నాయా అన్నట్టుగా ఉన్నయి.

ఒకదాని వెంట ఒకటి నాలుగు జాగ్వార్ కార్స్ వచ్చి గేట్ ముందు ఆగాయి, గేట్ తీయడానికి రెండు నిముషాలు పట్టింది వాచ్మాన్ కి.

మొదటి జాగ్వార్ లోనికి వెళ్ళింది, రెండవ జాగ్వార్ వాచ్మాన్ ముందు ఆగింది, వెనక సీట్ నుంచి ఒక తెల్లటి మినీ డ్రెస్ వేసుకున్న అమ్మాయి నల్లని కళ్ళ అద్దాలు వేసుకుని దిగింది. ఆమె నడిచి వస్తుంటే అప్సరస నడిచి వస్తోందా అన్నట్టు ఉంది. వేసుకున్న మినీ పై భాగం లో మాత్రమే ఉండడం తో, కింద భాగం లో ఏం లేకుండా ఉండడం తో అక్కడ ఉన్నవారు అంతా ఆమె కాళ్ళ నుంచి చూపు తిప్పుకోలేక ఉన్న ఆమె అందం ఇంకా ఆమె నడకలో రాజసం కనపడుతోంది అందరికి, ఆ రీవి కళ్ళలో దర్పం కనపడుతోంది.

వాచ్మాన్ పక్కన ఉన్న మేనేజర్ తో, ఎవరు సార్ ఈ మేడమ్, ప్యాంటు కూడా వేసుకోవడం మర్చిపోయింది. కానీ చాల అందంగా ఉంది అంటున్నాడు, ఆమె వచ్చి వాచ్మాన్ ముందు నిలబడింది.

నేను ఎవరో తెలియాలా నీకు – సరే చెప్తాను. నా పేరు సుమిత్ర దేవి, నీ వెనక ఉంది కదా ఓ రాజా భవంతి దానికి యువరాణి ని అంది.

క్షమించండి నేను కొత్తగా జాయిన్ అయ్యాను తెలియదు నాకు అన్నాడు అతను.

సుమిత్ర మేనేజర్ వైపు తిరిగి – మేనేజర్ వీడిని పని లోంచి తీసివేయండి, దానికి 3 కారణాలు

1) దూరం నుంచి జాగ్వార్ వచ్చినా చూసి గేట్ తీయకుండా నన్ను రెండు నిముషాలు వేచి ఉంచాడు గేట్ దగ్గర

2) నేను ఎవరో తెలీదు కానీ నా అందాన్ని డ్రెస్ ని కామెంట్ చేసాడు, అది నేరం కిందే లెక్క.

3) ఇంట్లో పని చేయడం మొదలు పెట్టగానే ఇంట్లో వాళ్ళ గురించి తెలుసుకోలేదు, మరి గేట్ ఎందుకు ఓపెన్ చేసాడు ఎవరో తెలీకుండా.

ఏ రకంగానూ వీడు పనికిరాడు తీసేయండి అంది.

అతను బాధగా ముఖం పెట్టాడు, అది చూసిన సుమిత్ర అతనికి రెండు నెలల జీతం ఎక్కువ ఇచ్చి పంపండి అని లోపలికి వెళ్ళింది.

లోపలికి వెళ్ళేసరికి ఆమె అమ్మ, నాన్న నించుని ఉన్నారు ఎదురుగ హారతి పట్టుకుని. హారతి తీసుకున్న తర్వాత వారితో మాట్లాడకుండా లోపలికి వెళ్ళింది సుమిత్ర.

ఏమైంది అండీ అమ్మాయికి ఆలా వెళ్ళిపోయింది అంది ఆమె.

దానికి ఆయన మన ప్రైవేట్ జెట్ ఏదో సమస్య లో ఉందని లండన్ నుంచి అందరు ప్రయాణించే విమానం లో రప్పించాను, అది కూడా టాప్ క్లాస్ లోనే, కానీ అమ్మాయికి కోపం వచ్చింది అన్నాడు.

ఇదంతా మీ గారాబం వల్ల కాదా, మా చెల్లి పోలిక అంటూ నెత్తిన పెట్టుకుని అడిగింది లేదు అనకుండా ఆడంబరాలు నేర్పారు. ఇప్పుడు చూడండి ఎలా అయింది. ఎంత ఉన్నవాళ్ళం అయినా పెళ్ళి చేయాలి కదా అంది ఆమె.

అవును కానీ చెల్లి విషయంలో నాన్న చేసిన తప్పు నేను చేయను అని ఒక చిత్రపటం దగ్గరకి వెళ్ళాడు. దానికి పెద్ద పూల మాల వేసి ఉంది, కింద సంజనాదేవి అని ఉంది. ఆ పక్కన మరొక రెండు పటాలు, వాటికీ కూడా పూల మాలలు, ఒక దానిపై రాజా నరేంద్ర వర్మ, మరొక దానిపై రాణి శకుంతల దేవి అని ఉన్నాయి.

నరేంద్ర వర్మ గారి భార్య శకుంతల దేవి. వాళ్ళకి ఇద్దరు పిల్లలు, కొడుకు విజయేంద్ర వర్మ, కూతురు సంజన దేవి. కొన్ని కారణాల వల్ల సంజన దేవి చనిపోయారు. విజయేంద్ర వర్మ కి శారదా దేవి తో వివాహం చేసారు. వాళ్ళకి ఒక్కతే కూతురు, ఆమెనే సుమిత్ర దేవి.

ఆలా వారి చిత్రాలని చూసి కాసేపు బాధపడ్డ విజయేంద్ర వర్మ కూతురు గది దగ్గరికి వెళ్లి తలుపు కొట్టాడు.

'తలుపు తీసే ఉంది రావచ్చు' గట్టిగ అరిచింది సుమిత్ర.

'ఎందుకు అమ్మా! నీకు అంత కోపం' అన్నాడు విజయేంద్ర.

నీకు తెలుసు కదా డాడ్, నేను అందరితో ట్రావెల్ చేయలేను అని అసలు అలా ఎలా జెట్ పంపకుండా బిజినెస్ క్లాస్ లో రమ్మంటే ఎలా? అంది సుమిత్ర

అది కాదు అమ్మ జెట్ రిపేర్ వచ్చింది, సెట్ అవ్వడానికి ఎంత లేదు అన్నా వారం పడుతుంది మరి అన్నాడు విజేయంద్ర.

అయితే వారం తర్వాత వస్తాను, అక్కడ హాయిగా ఎంజాయ్ చేస్తుంటే ఇక్కడికి ఎందుకు, ఇక్కడ ఎటు పోవాలన్నా కష్టం నాకు అంది సుమిత్ర.

అమ్మా! అత్త పుట్టిన రోజు నీ చేతుల మీద చేస్తాం కదా అన్నాడు విజేయంద్ర.

అబ్బో ఎప్పుడు చూసిన నా జీవితం పెద్ద సమస్యలా తయారు అయింది. మీ చెల్లి, ఎందుకు చచ్చిందో తెలీదు కానీ అంటోంది సుమిత్ర.

చెంప పగలగొట్టాడు ఒక్కసారే విజయేంద్ర వర్మ. అప్పటిదాకా తన కోపం తప్ప ఎవరి కోపం చూడని సుమిత్ర తండ్రి కోపం చూసి శిలలా ఉండిపోయింది.

నువ్వు ఎలా అయినా ఉండు, ఎక్కడైనా తిరుగు, ఏ పార్టీస్ అయినా చేస్కో కానీ, నా చెల్లి పుట్టిన రోజు నాడు మాత్రం ఇక్కడే ఉండు., నేను చెప్పినట్టు చేయి అన్నాడు విజేయంద్ర. ఇంకో మాట చుట్టూ ఉన్నవాళ్ళ వల్లే మనం ఇంత వాళ్ళం అయింది. మనం అందర్నీ గౌరవంగా చూడడం నేర్చుకోవాలి. ధనవంతుల కంటే గుణవంతుల్లా ఇష్టపడే ఫామిలీ మాది. ఎంత డబ్బు ఉన్నా అందరి కోసం పాటు పడడం, అందరితో కలిసిపోవడం జరుగుతోంది. మీ తాతయ్య అత్త లా నువ్వు అవ్వకూడదు అని రిచ్ సర్కిల్ లో ఉండేలా చూసారు. దాని వల్ల నీకు పొగరు, గర్వము తో పాటు చెడు స్నేహాలు, అలవాట్లు వచ్చాయి. మార్చుకుంటే మంచిది లేకుంటే నాన్నలో ఇంకో కోణం చూడాల్సి వస్తుంది అంటూ అరిచి వెళ్ళిపోయాడు.

మొదటిసారి కళ్ళలో నీళ్ళు వచ్చాయి సుమిత్ర కి, ఫ్రెండ్స్ కి కాల్ చేసి పబ్ లో పార్టీ చేసుకుందాం అంది. కానీ నాన్న మాటలు ఎందుకో పని చేసి మళ్ళీ పార్టీ ని వాయిదా వేసింది సుమిత్ర.

నిజానికి బాధ, భయం మొదటిసారి ఒకేసారి పరిచయం అయ్యాయి సుమిత్రకి. ఏదయినా అత్త పుట్టినరోజు అయ్యేవరకు నోరు ఎత్తకూడదు అనుకుంది సుమిత్ర.

★★★

దేవి, అమ్మాయి వచ్చిందా హడావిడిగా వస్తూ అడిగాడు రాఘవరావు. తెల్ల చొక్కా, ముఖానికి కళ్ళజోడు, జేబులో పెన్నుతో మధ్యతరగతి తండ్రి కి చిహ్నంగా ఉన్నాడు ఆయన.

చేసిన వంటకాలు అన్ని సర్దుతూ ఇంకా రాలేదు అండి అంటూ బైటకి వచ్చింది దేవి. అందమైన కట్టు బొట్టుతో, మధ్య వయస్సు లో మధ్యతరగతి తల్లిలా తన భావాలు తెలియజేస్తోంది భర్తకి.

దేవి, రాఘవ లది ప్రేమ వివాహం. వాళ్ళకి ఇద్దరు సంతానం. కూతురు శ్రీజ పెద్దది, కొడుకు జై చిన్నవాడు.

శ్రీ చెన్నైలో మెడిసిన్ చదువుతోంది, జై ఇంటి దగ్గరే డిగ్రీ చదువుతున్నాడు.

రాఘవ గారిది రామాపురం, ముగ్గురు అన్నదమ్ములు, పక్కపక్కనే ఇల్లు కట్టుకుని ఉంటున్నారు. అందరు కలిసికట్టుగా ఉంటారు. రాఘవ అందరిలోకి చిన్నవాడు.

ఈలోపు శ్రీజ వచ్చింది

హాయ్ అమ్మా! నాన్న ఎంతి అర్జెంటుగా రమ్మన్నారు, అవతల పరీక్షలు.

తమరి ప్రతిభ చూసే పిలిపించాం అమ్మ. పెదనాన్నకి తెల్సిన వాళ్ళు కావడం తో నీ మార్క్స్ కి మెడిసిన్ లో సీట్ ఇచ్చారు. రెండు ఏళ్లలో మనకి పదకొండు బ్యాక్ లాగ్స్, అసలు ఎంతి ఇది. ఇప్పటికే పది లక్షలు వేస్ట్. ఇంకా చదువు వద్దు నీకు అన్నాడు రాఘవ.

సరే మానేస్తా అంది శ్రీజ.

మంచి పిల్ల! నీకో సంబంధం వచ్చింది, పెళ్ళి చేసి అమెరికా పంపిస్తాం అంది దేవి.

అమ్మా! మీరు ఏమైనా చెప్పండి, నేను బావనే చేసుకుంటా అంది శ్రీజ.

నన్ను ఎదురుగ పెట్టుకుని ఆ మాట అంటున్నావ్ అంటూ వచ్చింది లావణ్య.

అవును నీ వల్లే బావ వేల్యూ తెలిసింది అక్క అంది శ్రీజ.

ఏం తెల్సిందే నీకు అంది లావణ్య

అక్క! బావ మంచితనం తెల్సింది అంది శ్రీజ

నా మొగుడి మంచితనం సంవత్సరం కాపురం చేసిన నాకంటే నాలుగు సార్లు కలిసిన నీకు బాగా అర్థం అయ్యిందా అంది లావణ్య.

అయినా మంచివాడు, చెడ్డవాడు అన్నది సమస్య కాదు. అక్కని పెళ్లి చేసుకుని విడిపోయిన వాడితో నీకు ప్రేమ ఏంటి. చదువు మానేసి అతని వెనక పడుతున్నావ్ అనే రప్పించింది, పెళ్లి సంబంధం చూసింది అన్నాడు రాఘవ.

నాకు ఇష్టం లేదు, నేను బావని ప్రేమిస్తున్న అంది శ్రీజ.

ఒసేయ్! మంచివాళ్ళు కథల్లో, సినిమాల్లో, ఇంకా దూరంగా చూడటానికి బాగుంటారు కానీ కలిసి బ్రతకడానికి కాదు అంది లావణ్య.

ఒక్కసారే కళ్ళు పెద్దగా తెరిచి చూసింది శ్రీజ. కళ్ళు ఎరుపుగా ఉండడం వల్ల రౌద్రం కనపడుతోంది ఆమె కళ్లలో.

నిజానికి ఆమె కళ్ళు చూసి అందరికి భయం వేసింది.

నాన్నా! నేను అడిగానా మిమల్ని డాక్టర్ చదివించమని, మీరు చదవమన్నారు నేను సరే అన్నాను. ఇంకా ఏ విషయం అయినా సరే మీరు అడిగితే నేను సరే అనే అన్నాను, కానీ నా పెళ్లి విషయం మాత్రం నా ఇష్టం. నేను బావనే చేసుకుంటా, ఒకవేళ బావ ఒప్పుకోకుంటే ఇలా ఉండిపోతా తప్ప ఇంక ఎవర్ని చేసుకోను.

ఇంకా మీరు అందరు దీన్ని పెద్ద మంచిది అనుకుంటున్నారేమో. సిటీ లో దీన్ని చూస్తే దడుచుకు చస్తారు. ఇది, దీని వాలకం, పబ్ లు తాగుడు, బాయ్ ఫ్రెండ్స్, పెళ్లి అయ్యాకన్నా మారింది అనుకుంటున్నారా. బావ ని ఎంత ఏడిపించింది నేను కళ్లారా చూసాను. బావ అన్ని తట్టుకున్నాడు, ఎంత ప్రేమ చూపించాడు దీనిపై. అసలు అప్పుడు బావ చేసిన పనులకే నాకు బావ అంటే ప్రేమ వచ్చింది. ప్లీజ్! బావ కి ఇచ్చి చేయండి నాన్న అంటూ కోపం గానే చెప్పింది.

అసలు ఇంట్లో ఎప్పుడు పైకి మాట్లాడని శ్రీజ అంత గట్టిగ మాట్లాడేసరికి ఎవరికీ ఏం మాట్లాడాలో తెలీలేదు.

అప్పుడే వచ్చాడు జై, అక్క కోపాన్ని చూసాడు. అక్కని తీసుకుని తన రూమ్ కి వెళ్ళాడు.

అక్క! నిజం చెప్పు. బావ అంటే అంత ఇష్టమా నీకు అడిగాడు జై.

ఒరేయ్! నువ్ నాకన్నా ఒక ఏడాది చిన్నవాడివి. అయినా మనం స్నేహితులలాగే ఉంటాము. అలాగే నా దగ్గర నువ్ ఏది దాచవు, నీ దగ్గర కూడా నేను ఏది దాచను. కానీ ఒక విషయం మాత్రం దాచాను. నన్ను క్షమించు జై అంది శ్రీజ.

అక్కా, మన క్షమాపణల బాకీలు తర్వాత తీర్చుకోవచ్చు కానీ ముందు అసలు ఏమైందో చెప్పవే బాబు అన్నాడు జై.

అంటే అది అది అది... అంటోంది శ్రీజ.

ఎప్పుడు మొదలు అయింది అన్నాడు జై.

ఎనిమిది వేళ్ళు చూపించింది శ్రీజ.

ఎనిమిది నెలల నుంచి? అడిగాడు జై.

తల అడ్డంగా ఊపింది శ్రీజ.

నీకు ఎనిమిది ఏళ్ళు అప్పుడు నుండినా, ఐనా అప్పుడు మనకి బావే తెలీదు కదా, ఐనా అప్పుడు లవ్ ఏంటే బాబు, బావ నీకన్నా ఆరు ఏళ్ళు పెద్ద కదా, ఎలా కలిసింది. ఆగకుండా మాట్లాడుతున్నాడు జై.

తల మీద ఒక్కటి ఇచ్చింది శ్రీజ.

ఏంటే అలా కొట్టావ్ అన్నాడు జై.

మరి నాకు ఎనిమిది ఏళ్ళు అప్పుడు అని చెప్పనా నేను అంది శ్రీజ.

అందుకే నోటితో చెప్పు. నీకోసం మిల్కీబార్ తెచ్చా, సరిగా చెప్పకపోతే నేనే తినేస్తా అన్నాడు జై.

హమ్మో, అంత పని చేయకు రా జై. అదంటే ఎంత ప్రాణమో, మీ బావ అంటే అంత ప్రాణం నాకు అంది శ్రీజ.

అంటే బావ, మిల్కీ బార్ ఒకటేనా అక్కా అన్నాడు జై.

అంటే మిల్కీ బార్, ఒరేయ్ ముందు మ్యాటర్ చెప్తా విను అంది శ్రీజ.

సరే చెప్పు అక్కా అన్నాడు జై.

అది నేను ఎనిమిదవ తరగతి చదివే రోజులు. అప్పుడే కొస్త వయస్సులో పడ్డ నాకు మిల్కీ బార్ కంటే ఏది ఇష్టం లేని రోజులు అంటూ మొదలు పెట్టింది శ్రీజ, పాఠకులకి నేను చెప్తాను.

శ్రీజ తనకి సెలవులు ఇవ్వడం తో వైజాగ్ వెళ్ళింది వాళ్ళ అత్త వాళ్ళ ఇంటికి. అప్పుడు లావణ్య ఇంటర్, ఎంసెట్ కోచింగ్ కావడం తో వెళ్ళలేదు.

అక్కడికి వచ్చాడు శ్రీనివాస్, అందరు అతన్ని శ్రీ అంటారు. శ్రీజ అత్త అక్క కొడుకు, పిన్ని వాళ్ళింటికి వచ్చాడు.

శ్రీజ, అత్త కూతురు రాధ ఇద్దరు చాల క్లోజ్ ఫ్రెండ్స్. ఇద్దరు ఒకే ఈడు వాళ్ళు. రాధ, శ్రీజ కబుర్లు చెప్పుకుంటుండగా రాధ ఫ్రెండ్స్ వచ్చారు. అంతా మీ అన్న ఎక్కడ అని అడుగుతున్నారు.

శ్రీజ, 'నువ్ ఒక్కదానివే కదా రాధ, అన్న ఏంటి' అని అడిగింది.

దానికి రాధ, అన్న పెద్దమ్మ వాళ్ళ అబ్బాయి, నిన్న వచ్చాడు అని చెప్పింది.

అయితే వీళ్ళకెలా తెలుసు, ఎందుకు అడుగుతున్నారు నిన్ను అడిగింది శ్రీజ.

వాడ్ని చూస్తూ బ్రతికేయచ్చు తెల్సా, అంత అందంగా ఉంటాడు ఆందో అమ్మాయి. అసలు ఆ కళ్ళు చూస్తే చూపు తిప్పగలమా అంది ఇంకో అమ్మాయి.

ఎత్తుకు తగ్గ శరీరం తో తాను కట్ షర్ట్ వేసుకు తిరుగుతూ ఉంటే చూడకుండా ఉండడం మనకి సాధ్య పడదు తెల్సా అంది ఇంకో అమ్మాయి.

మీ దొంగ చూపులు మా అమ్మ కనిపెట్టేసింది. అందుకే అన్నయ్య ని ఇంట్లో కూడా చొక్కా వేసుకు తిరగమని చెప్పింది అంది రాధ.

అబ్బా మీ గోల, బిల్డప్, ఇంతకీ మీ అన్న ఎక్కడ అంది శ్రీజ. వాళ్ళు లాన్ లో నిలబడి ఉన్నారు, కింద ఏదో గొడవ అవుతోంది.

ఒక అమ్మాయిని ఎవరో బ్యాక్ సైడ్ లో కొట్టి చున్నీ లాగి ఏడిపిస్తున్నారు. మళ్ళా కొట్టబోతుంటే అప్పుడే ఒక అతను అతని చేయి పట్టుకున్నాడు. ఎంత గట్టిగ పట్టుకున్నాడు అంటే పట్టుకున్న చేతి నరం బైటకి తేలింది, చేతికి ఉన్న MI బ్యాండ్ ఎగిరి పడింది. ఆ చేతిని ఆలా పట్టుకుని మెలి తిప్పాడు.

తన కుడి కాలు తో అతని రెండు కాళ్ళపై ఫ్రంట్ కిక్స్ ఇస్తూ ఉన్నాడు, అసలు ఆగకుండా. ఇంకో ముగ్గురు ఫ్రెండ్స్ వచ్చారు. అతను వాడ్ని వదిలాడు, కానీ అతను నేలకొరిగాడు. ఆ ముగ్గురూ వాడ్ని తీసుకుని పారిపోయారు.

తన కళ్ళజోడు సరిచేసుకుని, పడిపోయిన బ్యాండ్ చేతికి పెట్టుకుని హుందాగా నడిచి వస్తున్న అతన్ని చూపించి, 'అతనే మా అన్నయ్య శ్రీ' అంది రాధ.

శ్రీజ కూడా ఒక్క క్షణం ఆలా చూస్తూ ఉండిపోయింది, అందరు రూమ్ లోకి వెళ్ళిపోయారు.

శ్రీ లోపలికి వచ్చాడు. వస్తానే పిన్ని కాఫీ అన్నాడు. పిన్ని కాఫీ తో వచ్చి ఒరేయ్ నీకెందుకురా ఊళ్ళో అందరి గొడవ అంది.

ఆ ప్లేస్ లో చెల్లి ఉంటే అన్నాడు శ్రీ. అప్పుడు నువ్వే వెళ్ళాలి శ్రీ, నువ్వు మంచి చేసినంత మాత్రాన నీకు అందరు మంచి చేస్తారు అనుకుంటున్నావా? అది జరగని పని. ఇక్కడ అంత

మంచివాళ్ళు లేరురా, మహా అయితే అయ్యో అనుకునేవాళ్ళే. మనకోసం నిలబడేది మన కుటుంబమే అర్థం చేసుకోరా అంది పిన్ని.

ఏమో పిన్ని, నా ఎదురుగ చెడు జరిగితే చూడలేను కదా అని చెల్లి దగ్గరకి వెళ్ళాడు శ్రీ.

చెల్లికి డైరీ మిల్క్, వాళ్ళ ఫ్రెండ్స్ కి కిట్ క్యాట్, ఫైవ్ స్టార్, పెర్క్ చాక్లేట్లు ఇస్తూ శ్రీజ కి మిల్కీ బార్ ఇచ్చాడు. శ్రీజ ముఖం సంతోషంతో వెలిగింది.

అందరు థాంక్స్ శ్రీ అన్నారు. అప్పుడే అక్కడకి వచ్చిన రాధ వాళ్ళ అమ్మ (శ్రీ పిన్ని), పెద్ద వాడ్ని పట్టుకుని ఏంటి పేరుతో పిలుస్తున్నారు, అన్నా! అనలేరా అంది. అందరి ముఖాలు వాడిపోయాయి.

థాంక్స్ బావ, నాకు మిల్కీ బార్ ఇష్టం అంది శ్రీజ.

బావనా అన్నాడు శ్రీ. తను మీ రామాపురం అత్త కూతురు రా, మా ఆయన వైపు అంది శ్రీ పిన్ని. అవును అన్నా, మొన్న జరిగిన పెళ్ళిలో వీళ్ళ అక్క లావణ్య ని చూసావ్ కదా అంది రాధ.

హా అవును, హాయ్ శ్రీజ అన్నాడు శ్రీ.

బావ నాకు ఎప్పుడు మిల్కీ బార్ అంది శ్రీజ, సరే అన్నాడు శ్రీ. బావ అంటూ మాట్లాడుతూ ఉంది శ్రీజ.

రాధ ఫ్రెండ్స్ కి చాలా మందుతోంది ఎందుకో. ఇంకా వెళ్ళి వస్తాం అన్నారు. సరే అందరు రేపు అన్న మ్యాచ్ కి రావాలి అని అందర్ని పంపింది రాధ.

శ్రీజ కి క్రికెట్ అంటే చాలా ఇష్టం, శ్రీజ కూడా వెళ్ళింది మ్యాచ్ చూడడానికి. యూనివర్సిటీ మ్యాచ్ లో వంద పరుగులు చేసి వైజాగ్ స్టేడియం ని తన నామ జపం చేయించి, మ్యాచ్ ని ఒంటి చేత్తో గెలిపించిన శ్రీ మీద మనసు వెళ్ళింది. అప్పుడే చెప్తే చిన్న పిల్ల అంటారు అని ఇంకో 4 ఏళ్ళు పోయాక చెపుదాం అనుకుంది శ్రీజ. శ్రీ వాళ్ళది రామాపురం పక్కనే ఉన్న భీమాపురం అని తెల్సుకుని తనని అన్ని విషయాల్లో ఫాలో అవ్వడం మొదలు పెట్టింది. కానీ ఇవేం శ్రీ కి తెలీదు. ఎప్పుడైనా చూస్తే మిల్కీ బార్ ఇచ్చేవాడు, మిల్కీ బార్ అని పిలిచేవాడు.

దానికే శ్రీజ ఊహల్లో డ్యూయెట్స్ పాడుకునేది.

సినిమాలో ఏ సాంగ్ వచ్చినా హీరోగా శ్రీ, హీరోయిన్ గా శ్రీజ అలా ఊహించుకోవడం పాటలు పాడుకోవడం. ఒకసారి వాళ్ళ నాయనమ్మ అడిగింది, ఏంటే ఒక్కదానివి ఆలా గెంతుతున్నావ్ అని అడిగింది. నీ మనవడు కళ్ళోకి వచ్చాడు మరి అనేసింది శ్రీజ.

నాయనమ్మ ఒక్కసారి ఆలా ఉండిపోయింది. ఎవరో నా పనవడు చెప్పు తల్లి అని అడిగింది నాయనమ్మ. ఇంకెవరు మహేష్ బాబు అని అంది శ్రీజ.

నాయనమ్మ కి టెన్షన్ తగ్గి, ఆ బాబు కి పెళ్లి అయిపోయింది కానీ కొంచెం మీ లావణ్య అక్క పెళ్లి అయ్యేవరకు అగు నీకు చేస్తా మహేష్ బాబు లాంటి వాడితో అంది నాయనమ్మ.

అవునా! సరే నాయనమ్మ అని మళ్ళీ ఊహల్లోకి వెళ్లింది. మా శ్రీ కూడా మహేష్ అంత అందగాడే లే అనుకుంది మళ్ళా శ్రీజ

ఒక రోజు శ్రీ రామాపురం వచ్చాడు పక్కనే ఉన్న లావణ్య అక్క వాళ్ళ ఇంటికి, అప్పుడు ఇంటర్ లో ఉంది.

హే మిల్కీ బార్, ఇదుగో తీస్కో నీ మిల్కీ బార్ అంటూ ఇచ్చాడు శ్రీ. థాంక్స్ బావ అంది శ్రీజ.

బావ నీకు ముందే తెల్సా అంటూ వచ్చాడు పెదనాన్న. వైజాగ్ అత్త వాళ్ళ ఇంట్లో పరిచయం అని చెప్పింది శ్రీజ.

అవునా, అక్క కి సంబంధాలు చూస్తుంటే అక్కెమో ఎక్కడో పెళ్లి లో బావ ని చూసిందటా, తన్నే చేసుకుంటా అంది. బావ కి అప్పుడే పెళ్లి చేయాలి అనుకోకపోయినా, ఎలాగూ జాబ్ లో సెట్ అయ్యాడు, పెళ్లి చేస్తే ఓకే అని మనం అడిగాం అని వాళ్ళు ఓకే అన్నారు. అక్కని బావ చూసి ఓకే అనడం తో, ఇంక ఇవాళ నిశ్చితార్ధం చేస్తున్నాం అన్నారుఆయన.

శ్రీజకు కళ్ళలో నీళ్లు తిరిగాయి. ఆ నీళ్లు అక్క పెళ్లి అయినా పోలేదు.

అలా ఇష్టం రా బావ అంటే. తర్వాత బావని అక్క ఎలా ఏడిపించిందో నీకు ముందే చెప్పాను కదా అంటూ ముగించింది శ్రీజ.

సరే అక్కా! నేను బావని కలుసుకుని మాట్లాడతాను. ఇప్పుడు బావ హైదరాబాద్ లో జాబ్ కదా వెళ్తాను అని స్టార్ట్ అయ్యాడు జై.

★★★

సుమిత్ర ఎలాగైనా ఇక్కడ నుండి వెళ్ళిపోవాలి అని గట్టిగ డిసైడ్ అయింది. తర్వాత రోజు చెల్లి పుట్టినరోజు వేడుకలు అట్టహాసంగా చేయాలని ఏర్పాట్లు చేస్తున్నాడు విజయేంద్ర.

అప్పుడే పారిపోవాలని అనుకుంది సుమిత్ర.

అప్పుడు సరిగా సమయం పదకొండు దాటింది. ఇందాక పార్టీ వద్దనుకున్న పంతం ఎక్కువ అవ్వడంతో తన ఫ్రెండ్స్ కి కాల్ చేసే కార్యక్రమానికి శ్రీకారం చుట్టింది సుమిత్ర.

ఇండియా లో తనకి ఫ్రెండ్స్ అంటే ఆరుగురు ఉన్నారు. అందరు ధనవంతుల జాబితాలో ఉన్నవారే. కానీ సుమిత్ర వాళ్లకంటే పది రెట్లు ధనవంతురాలు. ఆ ఫ్రెండ్ గ్రూప్ లో ఉన్నవాళ్ళ పేర్లు రాహుల్, వినయ్, ఆర్య, రెజినా, స్నేహా, రమ్య.

రాహుల్ అనేవాడు ఒక మినిస్టర్ కొడుకు. అందరు అమ్మాయిల మీద కన్ను వాడికి. కానీ సుమిత్ర మీద వాడి కన్ను ఉన్నా, విజేయంద్ర గురించి వాళ్ల నాన్న హెచ్చరించడం తో సైలెంట్ గ ఉంటున్నాడు. రాహుల్ పక్కనే ఉన్న వినయ్ వాడ్ని అమ్మాయిల విషయం లో రెచ్చగొట్టి తాను కూడా ఎంజాయ్ చేస్తూ ఉంటాడు. కొంతమంది వీళ్ళ డబ్బుకి కొంతమంది వీళ్ళ అందానికి, కొంతమంది వీళ్ళ బలవంతానికి లొంగిపోతారు.

రెజినా, స్నేహా లు కూడా వీళ్ళ టైపే కావడం తో వాళ్ళు వీళ్ళతోను, ఇంకా కావాల్సిన వాళ్ళతోను ఎంజాయ్ చేస్తూ ఉంటారు.

ఆర్య, రమ్య లు మాత్రం వీళ్ళ పేరు చెప్పుకుని ఉచితంగా మందు, విందు వస్తాయి అని వీళ్ళతో తిరిగేవాళ్ళే మరి. వాళ్ళు ఇద్దరు ఫ్రేమ అనే లోకంలో కూడా ఉంటారు.

సుమిత్ర కూడ వీళ్ళతో పాటు తిరుగుతున్నా ఎవర్ని దగ్గరకి రానివ్వదు. మందు విందు లతో పబ్ లో డాన్స్ పార్టీ చేసుకుని, అందరికి బిల్ తానే పే చేసి వెళ్తుంది. సుమిత్ర కి ఉన్న అలవాట్లు వాళ్ళ నాన్నకి తెల్సినా రిచ్ సర్కిల్ అలానే ఉండాలి ఏ రకంగానూ నా మనవరాలు పేదవాళ్ళ మధ్య ఉండడానికి వీలు లేదు అని తాతగారు ఆలా పెంచడం తో అలా అయింది. ఆయన పోయినా ఆమె మాత్రం అలా ఉంది. ప్రతి చోట పొగరు, గర్వం, డబ్బున్నదన్న అహంకారం చూపిస్తూ ఉంటుంది. తాను పబ్ కి వస్తోంది అంటే ఆ టైం తన ఫ్రెండ్స్ మాత్రమే ఉండేలా కొంత భాగం బుక్ చేస్తుంది.

అందుకే ఆ రోజు కూడా అలాగే ఫ్రెండ్స్ కి ఫోన్ చేసిన తరవాత పబ్ కి ఫోన్ చేసి బుక్ చేసింది.

పబ్ వాళ్ళకు తాను ఏది చెప్తే అంత ఎందుకంటే తాను వస్తే ఐదు లక్షల బిల్ చేయకుండా వదలదు మరి. ఎప్పుడు తాను వస్తుందా అని చూస్తూ ఉంటారు జనాలు, పబ్ యజమానులు.

యజమానులు ఆమె డబ్బు కోసం, జనాల్లో అమ్మాయిలు ఆమె దర్పం చూడటానికి, అబ్బాయిలు అందం చూడటానికి రెడీగా ఉంటారు.

సుమిత్ర ఎలా వెళ్ళాలా అని ఆలోచిస్తోంది. ఎలాగోలా కార్ దాక వెళ్తే గేట్ దగ్గర తనని ఆపరు.

అందుకు అడుగులో అడుగు వేస్తూ వెళ్తోంది. వేసింది ఏమో స్కిన్ టైట్ రెడ్ వెల్వెట్ టాప్ వేసుకుంది. అదే డ్రెస్, తాను బాటమ్ ఎలాగూ వేసుకోదు. పబ్ కెళ్ళేటప్పుడు అంటే డ్రెస్సే అంత అన్న ఖలేజా లో మహేష్ డైలాగు గుర్తు చేసుకోండి. ఈ వెల్వెట్ కలర్ టాప్ ఆ మూవీ లో అనుష్క డ్రెస్ కంటే చిన్నది. సైడ్ కట్ కూడా ఉంది. అదేదో ఫాషన్ ట ఇప్పుడు (only top having one side cut above thighs called as bodycon dress).

ఆమె ఆ డ్రెస్ వేసి అడుగులో అడుగు వేసుకుంటూ వెళ్లడం వల్ల ఎవరు చూడకుండా మూలాల నుంచి, ఆ మూలగా ఉన్న మొక్క ఏ ఆచ్ఛాదనా లేని ఆమె తొడలపై రాసుకుంది. అది అంత ప్రమాదకరం కాకపోయినా సరే సున్నితంగా ఉన్న సుమిత్ర శరీరం పై ఎర్ర రంగులో గాటు పెట్టింది. తెల్లగా మెరుస్తున్న ఆమె తొడపై ఎర్రటి గాటు చాల స్పష్టంగా కనిపిస్తోంది.

ఒక్కసారిగా అమ్మా! అని అరిచింది ఎందుకంటే ఎప్పుడు చిన్న దెబ్బ కూడా తగలని సుకుమారపు పిల్ల.

అలాగే వెళ్లి కార్ తీసింది. కోటి రూపాయాల విలువైన విదేశీ కార్, ఆక్సిలేటర్ తొక్కడమే వాయు వేగం తో దూసుకు పోయింది ఎక్కడ ఆగకుండా. పొద్దున్నే అయినా గొడవ వల్ల అలెర్ట్ గ వున్న వేరే వాచ్‌మేన్ కార్ వస్తుంటేనే తలుపు తీసాడు.

హైదరాబాద్ శివారు ప్రాంతం లోని పబ్ అది. అక్కడే ఉన్న లోకల్ పొలిటికల్ లీడర్ అండతో నడుస్తోంది. దానికి లంచాలు కి అలవాటు పడిన కొంతమంది పోలీస్ అధికారుల సపోర్ట్ ఉంది. ఆ పబ్ రాత్రి పదకొండు దాక ఒక రేట్స్ నడుస్తాయి తర్వాత ఇంకో రేట్స్ మరి.

ఇంకో రెండు నిమిషాల్లో పన్నెండు అవుతుంది అనగా సుమిత్ర కార్ పబ్ ముందు ఆగింది, ఆమె కోసం ఏర్పాట్లు చేసిన ప్లేస్ కి ఆమెని తీసుకొచ్చాడు మేనేజర్.

ఆమె తన ఫ్రెండ్స్ అందరిని తీసుకొచ్చి అక్కడ ఒక కేక్ కట్ చేసి, చూడు అత్త నీ బర్త్ డే ముందు నా చేతుల మీదే జరిగింది. చూసావా నేను ఎంత మంచి దాన్ని, డాడ్ కంటే ముందు నీ పుట్టినరోజు జరిపాను అంటూ అందరికి కేక్ పెట్టి చాల ఆనందంగా 'అత్త హ్యాపీ బర్త్ డే' అంటూ అరుస్తోంది.

తర్వాత తన స్నేహితులు తో కలిసి మందు, విందు గోలలో పడి డాన్స్ చేస్తోంది. ఇంకా అదుపు ఆపు లేకుండా, ఈ గోల పొద్దున్నే నాలుగు వరకు కొనసాగింది మరి ఆగకుండా.

అప్పటికి వాళ్ళు పబ్ లో ఉన్న డ్రింక్స్ అన్ని ఖాళీ చేసారు ఫుడ్ కూడా. ఇంకా అందరు బయలుదేరాలని బిల్ తెమ్మన్నారు.

బిల్ అక్షరాలా పది లక్షలు అయింది మరి. సుమిత్ర కార్డు స్వైప్ చేస్తోంది, కానీ వర్క్ అవ్వట్లా. అన్ని కార్డ్స్ స్వైప్ చేసింది ఏది అవలేదు. వాళ్ళ మేనేజర్ కి కాల్ చేసింది. అతను తీయలేదు.

ఏం చేయాలో తెలియడం లేదు ఆమెకి. కానీ ఏదో ఒకటి చేయాలి. తన ఫ్రెండ్స్ వైపు చూసింది. వాళ్ళ నాన్నకి కాల్ చేసింది. ఆయన పిక్ చేయడం లేదు.

ఇంకా ఏం చేయాలి తెలియని స్థితి లో తన ఫ్రెండ్స్ వైపు చూసింది.

మొదట ఆర్య, రమ్య వైపు చూసింది. వాళ్ళు వెంటనే నువ్వు ఇప్పిస్తే తినడం తాగడం తప్ప మాకంత సీన్ లేదు అంటూ వెళ్లిపోయారు.

తర్వాత స్నేహా, రెజినా ల వంక చూసింది. వాళ్ళు వెంటనే ఇప్పుడు మా దగ్గర అంత డబ్బు లేదు, తర్వాత చూసుకుందాం బేబీ అని వెళ్లిపోయారు పడుతూ లేస్తూ ఇంకా తూలుతూ.

ఇంకా మిగిలింది వినయ్, రాహుల్. వినయ్ రాహుల్ తో బాబు రాహుల్! ఇంక చూసింది చాలు కానీ పోయి నీ మనసులో ఉన్నది చెప్తే మన పని కానివచ్చు, ఇంత అందం ఇలా చూస్తూ ఉండే బాధ తప్పుతుంది అన్నాడు.

అప్పుడు రాహుల్ 'అవును రా' అని సుమిత్ర దగ్గరికి వెళ్లి బిల్ నే కడతా కానీ దానికి ప్రతిగా నువ్వు మాతో గడపాలి అని అన్నాడు.అంతే లాగి గట్టిగ కొట్టింది సుమిత్ర.

తన చేతికి ఉన్న డెమండ్ రింగ్ బిల్ రూపం లో ఇచ్చింది. బైటకి వచ్చి కార్ స్టార్ట్ చేసేసరికి పెట్రోల్ లేదు.

అప్పుడు ఆలోచించిన సుమిత్ర మైకం వల్ల కోపం నషాళానికి అంటింది. చాలా విసురుగా నడుస్తూ పబ్ బైటకి వచ్చింది.

ఇదంతా జరగడానికి గంటన్నర క్రితం, ఆరుగంటలు ...తన చెల్లి పేరు మీద బట్టలు డబ్బు సుమిత్ర పంచాలి కాబట్టి తనని లేపడానికి రెడీ చేయడానికి విజయేంద్ర భార్య తో కలిసి వచ్చాడు. అక్కడ కూతురు కనపడలేదు. పార్కింగ్ ఏరియా లో బెంజ్ కూడా లేదు.

విజయేంద్ర కు అర్థం అయింది కూతురు ఎటు వెళ్లిందో, కూతురుకి తన మాట అంటే లెక్క లేదు అని, పైగా ఇంకా జీవితం విలువ తెలుసుకోవాలి అని ఒక నిర్ణయానికి వచ్చాడు.

మేనేజర్ ని పిలిచాడు. మొత్తం సుమిత్ర అకౌంట్ కార్డ్స్ అన్ని బ్లాక్ చేయమని చెప్పాడు. ఒక్క రూపాయి కూడా తాను తీసేలా ఉండకూడదు అని చెప్పాడు.

కార్ ఇంకో కీ డ్రైవర్ కి ఇచ్చి వెళ్లి పెట్రోల్ తీసేయమని చెప్పాడు.

సర్ మరి పబ్ బిల్ అన్నాడు మేనేజర్. ఇక నుంచి జీవితం విలువ తెలుసుకునే వరకు దాని పాట్లు అదే పడుతుంది అన్నాడు విజయేంద్ర.

వద్దు వద్దు అంటున్న మీరు మీ నాన్నగారు ఇంత గారాబం చేసి ఇప్పుడు మొత్తానికి వదిలేస్తా అంటున్నారు. అయినా ఇంటికి తీసుకువచ్చి నాలుగు తగిలించి తలుపు వేసి రూమ్ లో కూర్చోపెట్టండి.

అంది శారదా.

శారదా ఇప్పుడు అమ్మాయికి భయం కంటే జీవితం అంటే ఏంటో తెలియడం ఎక్కువ అవసరం. దానికి మన విలువ తెలియాలి కదా. అంతే కాకుండా తన కంటే గొప్ప ఎవరు లేరు అనుకుంటోంది కదా అది తప్పని తెలియాలి కదా అన్నాడు విజయేంద్ర.

కానీ అమ్మాయి కి ఏమన్నా అయితే అంది శారదా. అన్నింటికీ ఆ దేవుడే ఉన్నాడు అన్నాడు విజయేంద్ర. ఇంకా ఏం మాట్లాడలేదు శారదా.

అన్ని అకౌంట్స్ బ్లాక్ చేసాడు మేనేజర్. డ్రైవర్ వెళ్ళి పెట్రోల్ తీసేసి సుమిత్ర బైటకి వెళ్ళాక కార్ తీసుకుని ఇంటికి వచ్చేశాడు.

సుమిత్ర మెల్లగా బైటకి వచ్చింది. హ్యాండ్ బాగ్ లో కార్డ్స్ కాకుండా రెండు వందల రూపాయలు ఉన్నాయి. ఆ రెండు వందలు చేతితో పట్టుకుని హ్యాండ్ బాగ్ ని విసిరి కొట్టింది.

ఇంటికి వెళ్ళవద్దు ఎందుకంటే నాన్నే అన్ని అకౌంట్ బ్లాక్ చేయించాడు అని కోపంగా అనుకుంది. ఏం చేయాలో తెలీదు అనుకుంటూ నడక ప్రారంభించింది. మత్తు వల్ల కొంచెం తూలుతూ నడుస్తోంది.

ఇటువంటి సందర్భం కోసం వేచి చూస్తున్న వినయ్ రాహుల్ తమ గ్యాంగ్ తో సుమిత్ర వెనక పడ్డారు.

★★★

తన బావ శ్రీ ని కలిసి అసలు లావణ్య కి తనకి ఏం జరిగింది తెలుసుకుని అప్పుడు శ్రీజ గురించి చెప్పాలి అని అనుకున్న జై హైదరాబాద్ బస్సు ఎక్కాడు. అది శివారు ప్రాంతంలో ఆగిపోయింది. ఆ ఏరియా అంత మంచిది కాదు అన్నారు అని అంతా మెకానిక్ కోసం అక్కడే వేచి ఉన్నారు.

జై మాత్రం ఆత్రుత ఎక్కువ కారణంగా బాగ్ తీసుకుని ముందుకు కదిలాడు.

సరిగ్గా అప్పుడే మత్తులో తూలుతున్న సుమిత్ర కనపడింది. అసలే ఇలాంటి పనులు అంటే నచ్చని జై తిట్టుకున్నాడు ఇలా అయ్యారు కొంతమంది అని.

వెనక వస్తున్న రాహుల్, వినయ్ లు పట్టుకున్నారు సుమిత్ర ని. అప్పుడు ఆమె తొడపై గాయం కనపడింది.

కాపాడలా వద్దా అన్న మీమాంసలో ఆడపిల్ల ఎలాంటిది ఐనా ఆపదలో ఉంటే కాపాడలి అని వాళ్ళ అమ్మ చెప్పిన మాట గుర్తు వచ్చి సుమిత్ర దగ్గరగా వచ్చాడు జై.

సుమిత్ర ముఖం చూసిన జై ఒక్క నిమిషం ఆలా చూస్తూ ఉండిపోయాడు.

ఇంకా దగ్గరగా వెళ్ళాడు జై, సుమిత్ర కళ్ళలో కళ్ళు పెట్టి చూస్తున్నాడు. జై భుజం మీద రాహుల్ చేయి వేసాడు.

రాహుల్ వదిలేయ్ రా, పాప వీడికి కూడా నచ్చినట్టున్నది ఐనా మాములుగా ఉంటుందా. పాప అందం ఎవరైనా పిచ్చెక్కిపోవాల్సిందే అన్నాడు వినయ్.

అలా ఎలా రా వినయ్ దీనికోసం ఎంత ఎదురు చూశాను. రోజు దీని అందం చూస్తూ పక్కనే ఉంటున్నా కూడా ఏమి చేయలేక ఎంత ఇబ్బంది పడ్డాను. పోనీ లవ్ చేస్తే అన్నా ఇది నాకు దక్కుతుందేమో అని అలా వెళ్తే నువ్వు నా రేంజే కాదురా, ఏ విషయం లో నాకు సరిపోతావ్ రా నువ్వు అందం లో ఛీ ఛీ కాదు ఐశ్వర్యం లో అసలు ఛాన్సే లేదు, వెళ్ళి పని చూసుకో అన్నది రా. అంత పొగరు దీనికి. అలాంటి ఇది నాకు దొరికితే భయంకరంగా అనుభవించి జీవితం మొత్తం ఏడ్చేలా చేస్తాను కానీ ఇలా వాడికి వీడికి వదిలి వెళ్ళిపోను అన్నాడు రాహుల్.

ఒరేయ్ అందరి కంటే సుమీ ఎక్కువ తాగింది అనుకున్నా నువ్వు తాగావా ఏంటి? నేను వాడ్ని వదిలేయమన్నా, దాన్ని కాదు అన్నాడు వినయ్.

అప్పుడు సుమిత్ర అంత మత్తులోను కూడా జై కి దూరంగా జరిగి, ఒరేయ్ వినయ్! వాడు తాగింది నేను తాగిన దాంట్లో సగం కూడా లేదు. ఎందులో ఐనా మనమే ఫస్ట్ అంటూ లాగి వినయ్ ని కొట్టి మత్తుకు తూలి పడబోయింది.

రెడ్ కలర్ వెల్వెట్ టాప్ లో ఉన్న ముద్దుగుమ్మ పడిపోతుంటే తన చేతిని సుమిత్ర నడుముకు వేసి పట్టుకున్నాడు జై.

కొంచెం బలంగా పట్టుకోవడం వల్ల స్కిన్ టైట్ టాప్ కాస్త చినిగి నెలవంక ని పోలి ఉన్న నడుము నుంచి నాభి భాగం వరకు జై కళ్ళని ఆకర్షించింది. ఇంత అందంగా ఉండి ఇలా తిరిగితే ఎలా కాపాడుకోవాలి నిన్ను అన్నాడు.

హే మిస్టర్! నువ్వు ఎవరో నాకు తెలీదు కానీ ఎవరైనా ఇలా చేయి వేస్తే నాకు కొట్టాలి అనిపిస్తుంది. కళ్లలోకి చూసినా సరే చంపాలి అనిపిస్తుంది. కానీ నువ్వు చేస్తే మాత్రం ఇంకా అలాగే ఉండాలి అనిపిస్తోంది ఎందుకంటావ్ మిస్టర్ రాజ్ అంది.

రాజ్ ఎవరు అన్నాడు జై.

నువ్వే నా రాజువి అంటూ జై బుగ్గని గట్టిగా కొరికింది.

రెండు పంటి గాట్లు దర్శనం ఇచ్చాయి జై బుగ్గ మీద. తెల్లగా ఊరిన బుగ్గలపై ఎర్రటి గాట్లు, దాని మీద రక్తం. సుమిత్ర పెదవులు కి అద్దిన లిపి స్టిక్ రక్తం మీద పడటం తో గాయం ఇంకా ఎర్రగా ఉంది. లిపి స్టిక్ రక్తం మీద పడి జై కి ఒక్కసారి మంట వచ్చింది.

అంతే ఒక్కసారి గట్టిగా అమ్మ! అన్నాడు,. వెంటనే సుమిత్ర జై బుగ్గని వదిలి గట్టిగా జై ని హత్తుకుని ఆలా ఉండి పోయింది. ఓయ్ అమ్మాయి అమ్మాయా అని రెండు సార్లు అన్నాడు. లేవకపోవడంతో, ఓహ్ పడిపోయావా అన్నాడు.

వినయ్ వాళ్ళ దగ్గిరకి వచ్చి అసలు నీ రొమాన్స్ చూడడానికి ఇక్కడ నుంచున్నము అనుకున్నావా. అమ్మాయిని వదిలేసి నువ్వు పొతే మాకు చాలా పని ఉంది అన్నాడు.

సరే అలాగే అని సుమిత్ర ని నడుము మీద చేయి వేసి నడిపించుకుని వెళుతుంటే, రాహుల్ అడ్డుగా వచ్చి ఏంటి రా ఎందుకు లే గొడవ అని ఊరుకుంటూ ఉంటే రెచ్చిపోతున్నావ్. మర్యాదగా దాన్ని వదిలి నువ్వు పో లేదంటే పైకి పోతావ్ అన్నాడు.

వదిలేద్దును బాస్! కానీ ఇది చూడు ఎంత గట్టిగా కొరికేసిందో. దానికి సమాధానం ఎవరు చెప్తారు. బుగ్గలు రెండు ఎంత అందంగా ఉండేవి. ఇప్పుడేమో ఒక బుగ్గ మీద ఇంత గాయం. రేపు ఈ గాయం వల్ల పెళ్లి చూపుల్లో అమ్మాయి నన్ను వద్దంటే, అదంతా కాదు ఇదేమి తిందో, తాగుబోతులా ఉంది ఏం రోగాలు ఉన్నాయో, దీనికి మత్తు దిగాక ఆసుపత్రి పోయి మొత్తం శరీరం పరీక్ష చేయించి, నా బుగ్గ మీద దిగిన పంటి గాట్లు వలన ఏమైనా నాలో విషం చేరిందా లేదా, కొరికిన చోట్ల ఏమైనా కుట్లు పడతాయా, పడతాయి లే మరి రాక్షసి లా కొరికేసింది, అవన్నీ తెలుసుకుని, మొత్తం డబ్బు కట్టించుకుని అప్పుడు వదులుతాను అన్నాడు జై

ఎంత ఖర్చు అవుతుంది పది వేలు, ఇరవై వేలు, లక్ష, పది లక్షలు ఇస్తాను దాన్ని వదిలేసి పోరా అన్నాడు రాహుల్.

ఏంట్రా మరి ఇలా ఉన్నావు. దాని మీద మోజా, కోపమా అన్నాడు జై.

ఆశ రా కోపం కూడా. అవన్నీ నీకెందుకు పద ఇక్కడ నుంచి అన్నాడు రాహుల్.

నీ డబ్బు నాకెందుకు బాస్. నన్ను గాయ పరిచింది తాను. అందుకు తానే కట్టాలి. తాను ఇస్తే ఓకే, ప్రతి అడ్డమైన వాడి దగ్గర తీసుకుంటా అనుకున్నావా అన్నాడు జై.

అప్పుడు వినయ్ కాల్ చేయడంతో వాళ్ళ స్నేహితులు నలుగురు వచ్చారు. అందులో ఒకడు ఆగకుండా బాటిల్ తో జై తల మీద కొట్టాడు.

జై ముందుకు తూలాడు. అబ్బా గట్టిగా కొట్టేశాడు అనుకున్నాడు జై. వెనక్కి తిరిగి వాడి చేయి ఒక్క ఉదుటున విరిచేశాడు. మిగతా ముగ్గురు ఎక్కడి వాళ్ళు అక్కడే ఉండిపోయారు.

చూస్తారేమిటిరా, వాడి కాళ్ళు చేతులు నరాలు బాడీ లో ప్రతి పార్ట్ బైటకి వచ్చేయాలి అలా కొట్టండి వాడిని అన్నాడు రాహుల్.

అందులో ఒకడు, ఏంటి సార్ మళ్ళీ చెప్పండి. వాడు మీదకి వెళ్ళడమే తప్పు. వాడు చూసావా ఒక్క దెబ్బకి చేయి విరిచేశాడు. అప్పటికి వాడి తల మీద అంత దెబ్బ వేసినా సరే. తమరు ఏమో వాడి బాడీ లో పార్ట్స్ తెమ్మంటున్నారు. ఒక పదిహేను మంది కావాలి ముందు వాడిని ఆపడానికి, బాడీ లో పార్ట్స్ తర్వాత అన్నాడు.

ఇంత భయపడే వాళ్ళు నా వెనక దేనికి రా పొండి, నేనే పోతా వాడి మీదకి అంటూ వెళ్ళాడు. పక్కనే ఉన్న రాడ్ తీసుకుని పోయాడు రాహుల్ జై మీదకి.

అప్పుడు జై సుమిత్రని జాగ్రత్తగా పక్కనే ఉన్న డివైడర్ మీద కూర్చోబెట్టాడు. అప్పుడే రాహుల్ జై తల మీద కొట్టబోయాడు. ఒకసారి తిన్నా కదా అని ప్రతిసారీ తినను అంటూ ఆ రాడ్ ని పట్టుకున్నాడు జై. వెనక్కి తిరిగి మోకాలుతో వరసగా కిక్స్ ఇస్తూనే ఉన్నాడు. రాహుల్ ఒళ్ళంతా హూనం అయ్యాక వదిలాడు.

వినయ్ మిగతా స్నేహితుల దగ్గరకు వచ్చి, 'ఒరేయ్ రండిరా చెరో దెబ్బ తిందాం. లేదంటే వీడు మాట్లాడడు రేపటినుంచి' అన్నాడు. అందరు ముందుకు వెళ్ళి చెరో దెబ్బ తిని పడిపోయారు

మత్తు వల్ల కూర్చోలేక పడిపోతున్న సుమిత్ర చేతులను తన భుజాలపై వేసుకుని కొంచెం ఎదరకి నడిచాడు జై. అక్కడ ఒక బస్సు స్టాప్ వస్తే అక్కడ తనని కూర్చోపెట్టి పక్కనే కూర్చొని క్యాబ్ బుక్ చేయడం కోసం ఫోన్ తీసాడు.

ఓలా లో చేద్దామా ఉబెర్ లో చేద్దామా అని ఆలోచనలో ఉన్నాడు. ఎందులో ఆఫర్స్ ఉన్నాయా అని వెతుకుతున్నాడు. అప్పుడే జై తల నుంచి చిన్నగా రక్తం కారినట్టు తెలుస్తోంది. అబ్బా వీడు ఎక్కడ ప్లేస్ లేదన్నట్టు సీసా నా తల మీద పగలగొట్టాడు. నొప్పిగా ఉంది అమ్మ అనుకున్నాడు.

అంతలో సుమిత్ర వచ్చి జై భుజం మీద వాలింది. దీని బాధ దీనిది, ఏదేదో చెప్పింది. నిజంగా అంత నచ్చానా తనకి, రేపు ఏమి నాకు గుర్తు లేదు అంటే ? రాజ్ అని పిలిచింది. ఎంత చక్కగా పిలిచింది. అలా అనుకుని ఇంకో సారి ఆమెని చూసి 'క్యూట్ పిల్ల' అనుకున్నాడు.

ఆమెని పై నుంచి కింద దాక చూసాడు. డీప్ వి నెక్ రెడ్ వెల్వెట్ టాప్ సైడ్ కట్ ,ఫుల్ బ్యాక్ లెస్, బాటమ్ లేదు. బయలుదేరినపుడు తగిలిన చిన్న దెబ్బతో పాటు ముందు పరుగెడితే తగిలిన చిన్న చిన్న దెబ్బలతో తెల్ల పాల రాతి శరీరం కాస్త ఎర్రగా అయింది., ఎన్ని దెబ్బలే పిల్ల. ఐనా మొత్తం శరీరం చూపించకపోతే కొంచెం పెద్దవి వేసుకోవచ్చు కదా. అయినా డబ్బులు ఎక్కువ ఉంటే దుస్తులు చిన్నవిగా అవుతాయి, చెడు అలవాట్లు గౌరవం అవుతాయి ఏమో.

సరే క్యాబ్ బుక్ చేద్దం అని, ఉబెర్ లో వాళ్ళ బావ ఇంటికి బుక్ చేద్దం అనుకుని, మళ్ళీ వద్దు అనుకుని, ముందు హాస్పిటల్ కి పోదాం అని అక్కడికి బుక్ చేసాడు. ఇంకా ఇరవై నిముషాలు పడుతుంది అని ఉంది. టైం చూసాడు ఐదు దాటుతోంది.

అమ్మకి కాల్ చేసాడు. దేవి గారు ఫోన్ ఎత్తి, ఒరేయ్ మరి బద్దకం. ఇంట్లో ఉండి ఫోన్ ఏంటిరా? కాఫీ కావాలా తెస్తా ఉండు. నేను ఎప్పుడు లేస్తే అప్పుడు లేస్తావు అదేంటో అని సరే పెట్టెయ్ వస్తున్నా అంది. అమ్మా! నేను చెప్పేది విను అన్నాడు జై.

వచ్చి వింటారా, వస్తున్నా ఉండు అన్నారు దేవి గారు.

అయితే నువ్వు వినేది సాయంత్రానికే అన్నాడు జై.

పక్క రూమ్ కి రావడానికి అంత సమయం దేనికి రా అన్నారు దేవి గారు.

ఎప్పుడు వెళ్ళావు ఎందుకు వెళ్ళావు అసలు చెప్పుకుండా ఇలా చేస్తావ్.

నైట్ నువ్వు త్వరగా నిద్రపోయావు కదా డాడీ కి చెప్పి వచ్చాను.

అన్ని నువ్వు, మీ డాడీ మాట్లాడేసుకోండి. ఇక నేను ఎందుకు అన్నారు దేవి గారు.

అమ్మా నేను ఎందుకో వచ్చానో అడగవా ?

అడగను చెప్పుకుండా వెళ్ళిపోయావు కదా అన్నారు దేవి గారు.

అమ్మ ఐనా నేను చెప్పే తీరుతా అన్నాడు జై.

సరే చెప్పు అన్నారు దేవి గారు.

అక్క కొత్త కోర్స్ నేర్చుకోవాలనుచుంటుంది అమ్మా. లైఫ్ కి సంబంధించిన కోర్స్, అది పూర్తి అయ్యాక ఎవర్ని చేసుకోమన్న చేసుకుంటా అంది అన్నాడు జై.

అది మళ్లా మొదలు పెట్టిందా. అసలు దానికి.. సరే నువ్వు ఎందుకు వెళ్ళావు మరి, ఏ కోర్స్ చేస్తుందిట మరి?

లైఫ్ మేనేజ్మెంట్ కోర్స్ అమ్మ, తాను చేయాలన్న ఇన్స్టిట్యూట్ సార్ నాకు బాగా తెలుసు. ఆయన తో మాట్లాడి వివరాలు తెలుసుకుందాం అని వచ్చాను.

తెలుసుకో మరి. ఎప్పుడు వస్తావు మళ్లా వెనక్కి అని అడిగారు దేవి గారు.

ఎల్లుండి వస్తానమ్మా అన్నాడు జై.

సరే అయితే జాగ్రత్తా, ఉంటా అన్నారు దేవి గారు.

అమ్మా! నువ్వు వీడియో కాల్ ఆన్ చేయి నీకు ఒకరిని చూపించాలి అన్నాడు జై.

వీడియో ఆన్ చేసారు దేవి గారు.

జై భుజంపై పడుకున్న సుమిత్ర ని చూసింది దేవి.

ఇంకో సరి జూమ్ చేసి చూసింది. వెంటనే కళ్ళు పెద్దవి చేసింది

అచ్చు తన లాగే ఉన్న సుమిత్ర ని చూసి ఎవరో తెలుసుకోవడానికి అట్టే సమయం పట్టలేదు దేవి గారికి. నా కోడలు చాలా బాగుంది రా అంది దేవి.

కోడలు ఎంటమ్మా కోడలు, అసలు దీని డ్రెస్ చూసావా, తాగేసి రోడ్ మీద కి వచ్చింది. ఎప్పుడు నుంచో తను అలా వస్తుంది. కాచుకుని ఉన్న కొంతమంది దీని స్నేహితులు తనని రేప్ చేయబోయారు. ఆ టైం కి నేను వెళ్లకపోయి ఉంటే ఏమయ్యేది అసలు ఆలోచించావా ? అన్నాడు జై.

కానీ నువ్వు వెళ్ళావ్ కదా బంగారం, ఇంకా దేనికి ఆలోచన ?అంది దేవి.

అమ్మా! ముందు అమ్మాయి అయితే ఎప్పుడు సహాయం చేయాలి అని నువ్వు చెప్పిన మాటల వల్ల వెళ్ళాను. కానీ వెళ్ళాక ఆమె అచ్చు నీలా ఉండడం చూసి ఆశ్చర్యపోయాను.

నేను నీ పెళ్లి కాక ముందు ఫొటో చూశాను. అచ్చు ఇలాగే ఉంది. కానీ డ్రెస్ కూడా రెడ్ కలర్ వెల్వెట్ సింగల్ డ్రెస్ నే. కాకపోతే నీది మోకాలుకి రెండు అంగులాలు కిందకి ఉంటే, తనది మోకాలు పైన మూడు అంగులాలు పైకి ఉంది అలాగే పైన కూడా నువ్వు మెడ కొంచెం కిందకి వేసావ్,ఈమె వీ నెక్ ట ఫ్రంట్ బ్యాక్ వదిలేసింది అన్నాడు జై.

అబ్బా జై! నేను కాలేజీ కి వెళ్ళినపుడు అదే గొప్ప. అందరు నన్నే చూసేవారు ఆ డ్రెస్ కి. రెడ్ వెల్వెట్ డ్రెస్ స్టేటస్ సింబల్. అప్పుడు నాకు,ఇప్పుడు నా కోడలికి అలా వేసుకోవడం అవసరం. నీకు ఇప్పుడు నా డ్రెస్ గుడ్ అనిపిస్తోంది కానీ మీ నాన్నకి అనిపించలేదు. నేను

మారలేదా? తాను అంతే నీకోసం మారుతుంది లే నాన్న. ఇంక ఆల్కహాల్ అంటావా, ఈరోజు పదిహేను ఏళ్ళు వచ్చిన అందరికి తప్పని అవసరం ఏంది కదా. నీలా, శ్రీజ లా అందరు ఉందరు బంగారం, నువ్వు మారుద్దువులే నా కోడలిని అంది దేవి.

అమ్మా! మాట్లాడితే కోడలు, కోడలు అనకు నాకు షివెరింగ్ వచ్చేస్తుంది. నీలా ఉంటే పెళ్లి చేసేసుకోవాలా? ఐనా నీకు, తనకి ఎందుకు స్టేటస్ మెయింటైన్ చేయడం అవసరం అని అడిగాడు జై.

ఒరేయ్ అది మళ్ళీ చెప్తాను కానీ నీ బుగ్గ మీద గాయం ఏంటో చెప్పు అంది దేవి.

అమ్మ! అది తనని కాపాడబోతే, ఆ గొడవలో తగిలింది అన్నాడు జై.

అవునా బంగారం. ఆ వెధవల్లో అమ్మాయిలు ఉండి వాళ్ళు వచ్చి నీ బుగ్గలపై పంటి గాట్లు రెండు పడ్డాయి అంతేనా అంది దేవి.

అమ్మా! అది కాదు అన్నాడు జై.

ఏది కాదు రా,నా కోడలు నీ బుగ్గ కొరికింది అని నాకు తెలీదు అనుకుంటున్నావా? అంది దేవి.

అమ్మా! ఆమెకి ఏం ఇష్టమో తెలీకుండా నువ్వు కోడలు అంటున్నావు? మత్తులో ఏదో చేసింది. నాకు నచ్చితే చాలా అన్నాడు జై.

నీకు నచ్చింది కదా, తనకి నచ్చే చేసింది. ఎలా ఉన్న అమ్మాయి నచ్చకుండా ఏం చేయదు సరేనా. అసలు తాను ఎవరు అనుకున్నావ్? అని అడిగింది దేవి.

తెలీదు అన్నాడు జై.

నీకు ఇండియా టాప్ టెన్ బిజినెస్ మాన్ లిస్ట్ లో ఎప్పుడు ఉండే సంజన ఇండస్ట్రీస్ అధినేత గ్రేట్ విజయేంద్ర వర్మ తెలుసా నీకు ? అడిగింది దేవి.

ఆయన తెలియని వాళ్ళు ఇండియా లో ఉంటారా అమ్మ, నాకు బాగా తెలుసు ఆయన అని చెప్పాడు జై.

సరే ఇప్పుడు నీకు తెలియని ఒక నిజం చెప్తున్నా తెలుసుకో అంది దేవి.

ఏంటమ్మా అది అన్నాడు జై.

సంజన ఇండస్ట్రీస్ కి ఆ పేరు ఎందుకు పెట్టారో తెలుసా అడిగింది దేవి.

తెలీదు అన్నాడు జై.

ఏ రోజు అది మొదలు పెట్టారో చూడు అంది దేవి.

గూగుల్ లో చూసాడు. నీ పుట్టిన రోజు నాడు, అంటే నువ్వు... అన్నాడు జై.

నీ అనుమానం నిజమే. నేను నరేంద్ర వర్మ గారి కూతురుని. నా పూర్తి పేరు సంజన దేవి, విజయేంద్ర వర్మ నా అన్న. నీ భుజాల మీద అంత ఆనందంగా నిద్రపోతుంది అది నా మేనకోడలు. నా రక్తం కాబట్టే అంత ధైర్యంగా నీతో వుంది. దానికి స్వర్ణ తెలిసి ఉండచ్చు అంది దేవి.

'మరి నీ వాళ్ళు చనిపోయారు అనాథ అని చెప్పావు' అడిగాడు జై.

దానికి కారణం లేకపోలేదు. అది ఇంటికి వచ్చినపుడు చెప్తా అంది దేవి. నా మేనకోడలు నా కోడలు అంది దేవి.

అమ్మా! ఇలాంటి ప్రవర్తన ఉన్నవాళ్ళు అసలు మన ఫామిలీ కి సూట్ కారు కదా, పైగా నాకు నచ్చరు కదా అన్నాడు జై.

నీకు దేవి నచ్చిందా లేదా అంది దేవి. దేవి ఏంటి అమ్మా? అన్నాడు జై.

మా ఫామిలీ లో అందరికి చివర దేవి అని ఉంటుంది అంది దేవి.

నచ్చినట్టే వుంది, కానీ భయంగా వుంది మార్చగలనా లేదా అని అన్నాడు జై.

నచ్చింది కదా నెమ్మదిగా మారుతుంది అంది దేవి.

ఇప్పుడు ఏమంటావ్ అమ్మా? దేవి గారి కోడలు దేవినే కావాలంటావ్, అంతేనా అన్నాడు జై.

అంతే రా అంది దేవి.

సరే అమ్మా! నీ మేనకోడలు నీ కోడలు అయితే ఎన్ని సమస్యలో నీకు అన్నాడు జై.

ఒరేయ్ నాన్న, మేమంతా ప్రేమిస్తే ఎంత అయినా మారుతాము. ప్రేమని పంచుతాము, ప్రేమ కోసం ప్రాణం ఐనా ఇస్తాం, ప్రేమ ఉండాలి అంతే అంది దేవి.

అయితే నీకు నచ్చిందా అమ్మా ఈమె అన్నాడు జై.

నాకు నచ్చడం, నచ్చక పోవడం పెద్ద విషయం కాదు. నీకు నచ్చితే చెప్పు అంది దేవి.

అమ్మా! కొన్ని రోజులు చూసి చెప్తే ఏమన్నా ఇబ్బందా అన్నాడు జై.

నీ అనుమానం నాకు అర్థం అయింది జై. తాను నీకు కనపడ్డ సిచ్యుయేషన్ ని ఇంకోలా చూడు. తాను చెడ్డ అమ్మాయి అయితే నువ్వు కాపాడాల్సిన అవసరం లేదు కదా బంగారం. ఏదయినా నువ్వు అన్నట్లు కొన్ని రోజులు చూడు ముందు. తనని ఇంటి దగ్గర దించు అంది దేవి.

హా అమ్మ హాస్పిటల్ కి వెళ్ళి తర్వాత దించుతా అన్నాడు జై.

సరే ఉంటా నాన్న అని ఫోన్ కట్ చేసింది దేవి.

తర్వాత క్యాబ్ వచ్చింది.

చిరిగిన బట్టలు, దెబ్బలతో ఉన్న వీళ్లని చూసిన క్యాబ్ డ్రైవర్ ముందు ఎక్కించుకోను అన్నాడు. తర్వాత సర్ చార్జీ కి డబల్ ఇస్తా అంటే ఎక్కించుకున్నాడు.

హాస్పిటల్ కి తీసుకెళ్లటమంటే అదేదో చాలా పెద్ద హాస్పిటల్ కి పోనిచ్చాడు. అది చూసి ఉన్న డబ్బు మొత్తం దీనికి అయ్యేలా ఉంది అని లోపలికి వెళ్ళాడు. అక్కడ ఉన్న సుమిత్ర వాలెట్ చూసాడు, కార్డ్స్ తప్ప ఏం లేవు.

తన జేబులో అకౌంట్ లో చూసాడు మొత్తం పాతిక వేలు ఉన్నాయి. సరే చూద్దాం అని లోపలికి వెళ్ళాడు.

దెబ్బలు చిన్నవి కావడం, అనుకోకుండా అక్కడ తెలిసిన డాక్టర్ ఉండడంతో పాతిక వేలు సరిపెట్టాడు. కానీ మళ్ళా ఖర్చుల కోసం అతన్ని పది వేలు అడిగి తీసుకున్నాడు జై.

కొంచెం సేపటికి సుమిత్ర కి మెలకువ వచ్చింది. పక్క బెడ్ మీద ఉన్న జై ని చూసింది. ఎవరో ముందు తెలీలేదు కానీ జై బుగ్గ మీద గాట్లు చూసే సరికి తాను చేసినది, అక్కడ జరిగింది లీలగా గుర్తు వచ్చి అయ్యో అనుకుంది.

తర్వాత తనని ఆ పరిస్థితి లో కాపాడి హాస్పిటల్ కి తీసుకువచ్చిన జై పై ఒక రకమైన మంచి అభిప్రాయం ఏర్పడింది. కానీ ఇప్పుడు తాను ఎవరు అంటే ఏం చెప్పాలి తెలీదు, ఆలోచిస్తోంది.

ఒకప్పుడు తాను ఎవరు? నరేంద్ర వర్మ గారి ముద్దుల మనుమరాలు, విజయేంద్ర వర్మ గారి కూతురు. కొన్ని వేల కోట్లకు ఏకైక వారసురాలు. కానీ ఇప్పుడు కనీసం తాను ఎవరో తనకి తెలీదు. ఎందుకో బాధ వచ్చింది.

జై దగ్గరగా వచ్చాడు. రాగానే ఏం తెలీదననట్టు కాలి మీద కాలు వేసుకుని కూర్చొని ఉంది.

మేడమ్! రాత్రి నుంచి చేసిన ఎక్స్ పోసింగ్ చాల లేదా, ఇంకా ఇంకా చూపిస్తున్నారు. మీ రాహుల్ గాడు పడినట్టు నేనేమి వెనక పడను, ఎంత చూపించినా అన్నాడు జై.

అబ్బా! ఎవరు నా వెనక పడనవసరం లేదు అంది సుమిత్ర.

పోనీ నువ్వు పడతావా అన్నాడు జై.

పోనిలే పాపం కాపాడావు అని మాట్లాడుతుంటే ఎందుకు ఓవర్ చేస్తున్నావ్ అంది సుమిత్ర.

ఏంటి? అంటే రాత్రి నిన్ను కాపాడిన విషయం నీకు గుర్తు ఉందా. కనీసం ధన్యవాదాలు కూడా చెప్పావా. నీకు సహాయం చేయడం కూడా తప్పే అన్నాడు జై.

అసలు ఏంటి నువ్వు? నేనెవరో తెలుసా? ది గ్రేట్.. అనబోయి ఆగింది సుమిత్ర.

చెప్పండి మేడమ్. మీరు ఏమన్నా వేల కోట్ల వారసురాలా అన్నాడు జై.

సుమిత్ర ఒక్కసారిగా తల దించుకుంది. ఎందుకు ఆలా చేసింది తనకి కూడా తెలీదు, మళ్లా తల ఎత్తి తల అడ్డంగా ఊపింది.

మరి ఎవరు నువ్వు? అని అడిగాడు జై.

నేను ఎవరు లేని ఒక ఆడపిల్లని, హాస్టల్ లో ఉంటాను. ఫ్రెండ్స్ వల్ల కొద్దిగా ఈ అలవాటు వచ్చింది. అలా నిన్ను పార్టీ అంటే పోయాను. కొంచెం పిచ్చి పార్టీ. అంటే, వీళ్ళు నా ఫ్రెండ్స్ చాలా రోజులుగా నా మీద కన్ను ఉంది. నిన్న దొరికేసా అనుకున్నా కానీ చాలా థాంక్స్ నువ్వు నన్ను సేవ్ చేసావు. నువ్వు నాకు దేవుడు కంటే ఎక్కువ అంది సుమిత్ర. అలా అంటున్నప్పుడు తన కళ్ళ వెంట నీళ్ళ వచ్చాయి.

రాత్రి చూసిన అమ్మాయి, ఈమె ఒకరేనా అనిపించింది జై కి.

ఓయ్! అంత పెద్ద మాటలు ఎందుకు పిల్ల అన్నాడు జై.

సరే ఫ్రెండ్స్ అంది సుమిత్ర.

నీ పేరు చెప్పు అన్నాడు జై.

నా పేరు దేవి అంది సుమిత్ర.

నీ పేరు ఏంటి అబ్బాయి అంది సుమిత్ర.

రాజ్ అన్నాడు జై.

నిజమా? అంది సుమిత్ర.

అవును నిన్ను ఒకమ్మాయి పిలిచింది. అప్పుడు నుంచి ఆ పేరే నా పేరు కన్నా అందంగా అనిపిస్తోంది అన్నాడు జై.

ఓహో అవునా అంటూ ఇంకో వైపుకి తిరిగింది సుమిత్ర.

అదేంటి అటు వైపు తిరిగింది, రాత్రి తానే పిలిచింది అని గుర్తు లేదా అనుకున్నాడు జై.

ఇదుగో అమ్మాయి ఇటు వైపు తిరుగు అన్నాడు జై.

ఏడుస్తున్న కళ్ళు తుడుచుకుని జై వైపు తిరిగింది సుమిత్ర.

ఏమైంది దేవి ఎందుకు బాధపడుతున్నావ్ అని అడిగాడు జై.

రాజ్! అది నేను ఫ్రెండ్స్ అనుకున్న వాళ్ళు ఒంటరి చేసి వదిలేశారు. ఎవరో తెలియని నువ్వు నన్ను కాపాడావు. ఎందుకో చాలా బాధగా ఉంది అంది సుమిత్ర.

దేవి, అవన్నీ ఇప్పుడు ఎందుకు? నీ హాస్టల్ ఎక్కడో చెప్పు, దింపి వెళతాను అన్నాడు జై.

రాజ్ అది కాదు, నా హాస్టల్ ఖాళీ చెయ్యాల్సిన పరిస్థితి వచ్చింది. నిన్న పార్టీ లో వాళ్ళ వల్ల బిల్ నేను కట్టాల్సి వచ్చింది. దాంతో నా దగ్గర ఉన్న డబ్బులు అయిపోయాయి అంది సుమిత్ర.

ఎంత బిల్ కట్టావు దేవి అన్నాడు జై.

ఐదు వేళ్ళు చూపించింది సుమిత్ర.

ఐదు వేలా అన్నాడు జై.

కాదు అంది సుమిత్ర.

యాభై వేలా అన్నాడు జై. తల అడ్డంగా ఊపింది సుమిత్ర.

కొంప తీసి ఐదు లక్షలా అన్నాడు. తల నిలువుగా ఊపింది.

ఎంత మందికి ఇచ్చావు పార్టీ అన్నాడు జై.

మళ్ళా ఐదు వేళ్ళు చూపించింది సుమిత్ర.

ఐదు వందల మందికి పార్టీ ఇవ్వడానికి నువ్వే మైనా మహారాణి అనుకుంటున్నావా? అన్నాడు జై.

ఇచ్చింది ఐదు మందికి అంది సుమిత్ర.

ఐదు మంది ఐదు లక్షలు తాగేశారా అన్నాడు జై.

అంటే నాతో కలిపి ఆరుగురు కదా అంది సుమిత్ర.

జై వెటకారంగా నవ్వి నవ్వి, మద్యం అమ్మకాల్లో తెలంగాణ మొదటి స్థానంలో ఉంది. అది కూడా మిగతా రాష్ట్రాలకి అందనంత ఎత్తులో ఉంది అంటే ఎలాగో అనుకున్న. అమ్మాయిలు, అబ్బాయిలు మంచి నీళ్ళు మానేసి మద్యం లో ఈత కొడుతున్నట్టున్నారు అన్నమాట అన్నాడు జై.

ఏం మాట్లాడలేదు సుమిత్ర. కానీ ఎందుకో తాను చేసింది తప్పు అన్నట్టు మాట్లాడితే నచ్చడం లేదు ఆమెకి.

మొత్తానికి చేతిలో ఉన్న ఐదు లక్షలు తగలేశావ్ అన్నాడు జై.

నా డబ్బు నేను తగలేసుకుంటా అని ఇన్నర్ వాయిస్ లో అనుకుని, మళ్యా బైటకి క్యూట్ గా రెండు పెదవులు ఆడిస్తూ 'అవును' అని చెప్పింది సుమిత్ర.

వీటికి ఎం తక్కువ లేదు. సరేలే ఇప్పుడు ఏం చేద్దాం అని అన్నాడు జై.

ఇలా అడుగుతున్నా అని ఏమి అనుకోకు, నాకు కొన్ని రోజులు ఆశ్రయం ఇస్తావా? ఏదో ఒక జాబ్ చూసుకుని హాస్టల్ కి వెళ్తా అంది సుమిత్ర.

అంటే.. నేనే హైదరాబాద్ కి కొత్త. మా బావని ఒక వారం ఆశ్రయం అడుగుదామనుకున్నాను. సరే నీకు కూడా అడుగుతాలే అన్నాడు జై.

అసలు హైదరాబాద్ దేనికి వచ్చావు అంది సుమిత్ర.

మా అక్క శ్రీజ బావ శ్రీ ని లవ్ చేసింది. బావని పెళ్ళికి ఒప్పిద్దాం అని అన్నాడు జై.

మీ బావ కి ఇష్టం లేదా అంది సుమిత్ర.

మా బావ కి ఇంతకు ముందే మా పెద్ద అక్క లావణ్య తో వివాహం అయింది అన్నాడు జై.

మరి బుద్ధి లేదా ? మీ చిన్న అక్క కోసం పెద్ద అక్క లైఫ్ పాడు చేస్తావా అంది సుమిత్ర.

దేవి, కంగారు పడకు. పెద్ద అక్క కి, బావ కి విడాకులు అయ్యాయి అన్నాడు జై.

అయితే మాత్రం ఇదెలా కుదురుతుంది. ఐనా ఏదో ప్రాబ్లమ్ లేకుండా విడాకులు ఎలా అవుతాయి అంది సుమిత్ర.

అవును, కానీ శ్రీజ అక్క అన్న దాని ప్రకారం తప్పంతా లావణ్య అక్కలోనే ఉంది. కానీ ఏది నిజమో తెలుసుకోవాలి, అందుకే వచ్చా అన్నాడు జై

అయితే నువ్వు సూపర్ అంది సుమిత్ర. థాంక్ యు థాంక్ యు అన్నాడు జై.

ఎంటో వీడిని చూస్తుంటే అసలు ఇంత దగ్గర వాడిలా అనిపిస్తునాడు. బాగా అల్లరి చేయాలి అనిపిస్తోంది అనుకుంది మనసులో సుమిత్ర.

అప్పుడే తాను కోరికేసిన జై బుగ్గ చూసింది. అసలు ఇంతలా ఎలా కోరికేసా? కుట్లు కూడా పడ్డట్టు ఉన్నాయి, ఐనా ఎం అనట్లా పాపం. లవ్ ఏమన్నా చేస్తున్నాడా నన్ను అనుకుంది మళ్ళా మనసులో.

మళ్లా జై ని చూసింది. మంచి రంగు, ఎత్తు, బరువు తో చాలా చాలా అంటే చాలా అందంగా ఉన్నాడు. వీడిని ఎంత మంది ప్రేమిస్తున్నారో?, అయినా వీడికి లవర్ లేకుండా ఉంటుందా? మనం కూడా సూపర్ గ ఉన్నాము కదా, మనకు లవర్ లేదు కదా. వీడికి ఉండకపోవచ్చు. అయినా ఎందుకు ఇలా ఆలోచిస్తున్నా, తాను మనకు హెల్ప్ చేస్తున్నాడు. ఇదంతా తప్పు అని మెదడు, ఏం తప్పు లేదు మనసు వాదులాడుకుంటున్నాయి సుమిత్ర లోపల.

ఏంటి నోరు తెరిచి అలా చూస్తున్నావ్ అంతసేపటినుంచి. ఏమైంది అలా ఉండిపోయావు అన్నాడు జై.

ఎందుకో ఇంక మనసు మాటే విండి సుమిత్ర, అల్లరి చేయాలనీ డిసైడ్ అయ్యింది.

వెంటనేజైతో, రాజ్! నీ బుగ్గకు ఏమైందా అని ఆలోచిస్తున్న, ఎలుక ఏమైనా కొరికిందా? అంది సుమిత్ర.

కాదు బాగా కొవ్వు పట్టిన పందికొక్కు కొరికింది అన్నాడు జై.

అవునా పంది తెలుసు, కుక్క తెలుసు. ఈ పందికుక్క తెలీదు, అది ఎలా ఉంటుంది రాజ్ అంది సుమిత్ర.

ఐదున్నర అడుగుల ఎత్తు, హంస లాంటి అందం, నడకలో రాజసం, ఒంటిలో కొవ్వు, మాటలో దర్పం, కోపం లో ఐశ్వర్యం, బట్టల్లో పొదుపు కాలేజీ కి వచ్చినా ఎల్.కె.జీ డ్రెస్ లే వాడుతోంది అన్నాడు జై.

అవునా? అని తనని చూసుకుని నన్నే తిడతావా నువ్వు అంటూ జై ని కొట్టేందుకు వచ్చింది సుమిత్ర.

ఓయ్! తిట్టిందే చూస్తావు. అందమైన హంస అని పొగిడాను అది చూడవా అన్నాడు జై.

అవును కదా అనుకుని సరేలే ఈసారి కి క్షమించేసా అంది సుమిత్ర.

వామ్మో దీనితో జీవితం మొత్తం ఎలా వేగాలో ఏంటో అనుకున్నాడు జై.

రాజ్! వెళ్దామా అంది సుమిత్ర.

ఎక్కడికి అన్నాడు జై. అదే మీ బావ ఇంటికి అంది సుమిత్ర.

ఈ అవతారంతో కష్టం కానీ ముందు బట్టల షాప్ కి వెళ్దాం అని పక్కనే ఉన్న బట్టల షాప్ కి తీసుకెళ్లాడు జై.

అక్కడ పన్నెండు వందలు పెట్టి ఒక పంజాబీ డ్రెస్ కొన్నాడు. అది వేసుకోమని ఇచ్చాడు సుమిత్ర కి.

సుమిత్ర అది చూసి మళ్ళా తన డ్రెస్ చూసుకుంది. అప్పటికే అక్కడ ఉన్నవాళ్లు ఈ డ్రెస్ తో ఈ షాప్ కి వచ్చింది అని చూస్తూ ఉన్నారు.

తన డ్రెస్ ధర నలభై నాలుగు వేలు అని గుర్తు వచ్చింది సుమిత్ర కి. ఆలా ఉండిపోయింది.

ఏమైంది దేవి అన్నాడు జై.

అంటే జై పన్నెండు వందలకి డ్రెస్సా అని అంది సుమిత్ర.

ఏమి నువ్వు వేసుకున్న డ్రెస్ ఏమైనా నలభై వేలా అన్నాడు జై.

ఏమో రాజ్ నాకు తెలీదు. వేరే ఆమె బాగా రిచ్ ఉంది మా హాస్టల్ లో, తాను వేసుకుని వదిలివేసిన డ్రెస్ వాడతా పార్టీస్ కు అంది సుమిత్ర.

అందుకే ఇలా చిరిగింది అన్నాడు జై.

అబ్బా రాజ్ అంది సుమిత్ర.

సరే డ్రెస్ మార్చుకుని రా అన్నాడు జై.

సుమిత్ర డ్రెస్ మార్చుక వచ్చింది. అప్పుడు ఇద్దరు కలిసి బస్సు ఎక్కారు.

దారిలో ఎవరో ఫ్రెండ్ జై ని గుర్తు పట్టాడు.

ఒరేయ్ జై అన్నాడు, జై వెంటనే హేయ్ రా అన్నాడు.

తాను ఎవరా అని అడిగాడు ఆ అబ్బాయి.

చెప్పలేదు కదా, తాను నా మరదలు దేవి, దేవి వీడు నా ఫ్రెండ్ సుధాకర్ అని చెప్పాడు జై.

హేయ్ అని చెప్పి వెంటనే ముఖం పక్కకి తిప్పుకుంది సుమిత్ర.

మరదలు అని చెప్పా అని కోపం అనుకున్నాడు జై.

సుమిత్ర ఆ పక్కకి తిరిగి మనసులో నాట్యం చేస్తూ నవ్వుకుంటోంది. అయినా చెల్లి అని చెప్పవచ్చు, ఫ్రెండ్ అని చెప్పవచ్చు, కానీ మరదలు అన్నాడు అంటే నా మీద ఫీలింగ్ ఉంది అన్నమాట అనుకుంటోంది.

ఒరేయ్ జై! ఇవాళ మన రఘు గాడి చెల్లి పెళ్లి ఇక్కడే హైదరాబాద్ లో. అతే వెళ్తున్నారా మీరు అన్నాడు సుధాకర్.

అవును రా అన్నాడు ఇంకేం చెప్పలేక జై. రఘు పెళ్లికి పిలిచిన సంగతి అప్పుడు గుర్తు వచ్చింది జై కి.

ముగ్గురు కలిసి పెళ్ళికి వెళ్ళారు.

అక్కడ స్నేహితులందరి కి సుమిత్ర ని దేవి నా మరదలు అని పరిచయం చేసాడు జై. అందులో అను సుమిత్ర ని ఎగాదిగా చూసింది, ఎందుకో నచ్చలేదు సుమిత్ర కి. తర్వాత కూడా జై వెనకే ఉంటోంది.

తర్వాత పెళ్లి బారాత్ అని అంతా డాన్స్ చేస్తున్నారు. జై మాత్రం కూర్చొన్నాడు. మనం కూడా వెళ్లి డాన్స్ చేద్దామా అని అడిగింది సుమిత్ర.

నాకు ఇష్టం లేదు నువ్వు కావాలంటే వెళ్ళు అన్నాడు జై. ఎందుకు అని అడిగింది సుమిత్ర.

ఇక్కడ పెళ్లి జరుగుతోంది, ఆ పక్క మంత్రాలూ జరుగుతున్నాయి. ఎవరు పట్టించుకోవడం లేదు. ఈ పక్క ఆ కుర్రాళ్లు మొత్తం తాగి వచ్చారు. వాళ్లకి కావాల్సిన అమ్మాయిల నడుములు పట్టుకు ఉగుదాం అని ప్రయత్నిస్తున్నారు, ధైర్యం వచ్చేసింది మరి. అటు పక్క అమ్మాయిల పరిస్థితి అలానే ఉంది నచ్చిన వాళ్లు తమ దగ్గరకు వస్తారా రారా అని. అసలు పెళ్ళిలో ఇది అవసరమా ? అన్నాడు జై.

నువ్వు ఎంజాయ్ చేయువు మానెయ్. వాళ్ళని ఎందుకు వద్దు అంటావు, నీకు డాన్స్ రాదు కదా అంది సుమిత్ర.

నువ్వు ఎంజాయ్ చేద్దాం అని అడిగావా, డాన్స్ చేద్దాం అని అడిగావా అన్నాడు జై.

'డాన్స్' అంది సుమిత్ర.

వాళ్ళు చేసేది, మీరు పబ్ లో చేసేది డాన్స్ అంటే నాకు డాన్స్ రాదు అన్నాడు జై.

సరేలే రానప్పుడు వదిలేయ్ అంది సుమిత్ర.

అప్పుడే ఎవరో పిలిస్తే వెళ్ళాడు జై.

సుమిత్ర పక్కన కూర్చొంది అను వచ్చి.

నిజంగా జై నీ బావనా? అని అడిగింది అను.

ఒక్క క్షణం అలా ఉండిపోయింది సుమిత్ర.

ఎందుకు అలా అడిగావు అంది సుమిత్ర.

నీ పేరు ఏంటి అని అడిగింది అను.

దేవి అంది సుమిత్ర. సరే దేవి నేను మీ బావ గురించి కొన్ని ప్రశ్నలు అడుగుతా నువ్వ సమాధానం చెప్పాలి అంది అను.

ఇదెక్కడ దొరికిందిరా నాకు అని మనసులో అనుకుని సరే అడుగు అంది సుమిత్ర.

మీ బావ కి డాన్స్ వచ్చా? అని అడిగింది అను.

ఇప్పుడే గా చెప్పాడు రాదు అని అంది సుమిత్ర.

నీకు అలా అర్థం అయ్యిందా సరే, తనకి ఇష్టమైన కలర్ ఏంటి అని అడిగింది అను.

వైట్ జీన్స్ మీద బ్లాక్ షర్ట్ వేసి స్మార్ట్ గా ఉన్న జై ని చూసి ఒక రెండు నిముషాలు అలా ఉండిపోయి బ్లాక్ అంది.

ఓకే. మీ బావ కి చెడు అలవాట్లు ఉన్నాయా అని అడిగింది అను.

అంటే ఏవి అని అడిగింది సుమిత్ర.

మద్యపానం, ధూమపానం లాంటివి అంది అను.

అర్థం కాక అయోమయంగా చూసింది సుమిత్ర.

నువ్వు ఇంగ్లీష్ మీడియం పిల్లవా అంది అను.

హీ హీ అని పళ్ళు ఇకిలించింది సుమిత్ర.

స్మోకింగ్ అండ్ డ్రింకింగ్ అంది అను.

ఓహో! ఇవి బాడ్ హాబిట్స్ నాకు తెలీదు అని మనసులో అనుకుని, వీడికి లేవా ఏంటి అని, కాదు లేకుండా ఎవరు ఉంటారు మూవీ లో ముందు ఆరోగ్యానికి హానికరం అని వేసి తర్వాత అందరి చేత ఈ పనులు చేయిస్తున్నారు. సో అదంతా ఏం లేదు లే మనసులో అనుకుని మళ్ళా

హా ఉన్నాయి కానీ అవి చెడు అలవాట్లు అని నేను అనుకోవడం లేదు అంది సుమిత్ర.

మీ బావకి లవర్ ఉందా అని అడిగింది అను.

ఎందుకో ఆ ప్రశ్న నచ్చలేదు సుమిత్ర కి.

నాకు తెల్సి లేదు అంది సుమిత్ర.

మీ బావ గురించి నీకు ఏం తెలీదు. నువ్వు తన మరదలు కాదేమో అని నా సందేహం అంది అను.

వెంటనే సుమిత్ర కి కోపం నషాళానికి అంటింది.

ఏంటి ఎక్కువ చేస్తున్నావ్ ?అవును వాడికి ఏమి ఇష్టమో, ఏమి ఇష్టం లేదో, ఏ అలవాట్లు ఉన్నాయో, లేవో నాకు తెలీదు. కానీ వాడంటే నాకు ఇష్టం. ఎవరైనా ప్రేమ అంటూ వాడి వెంట పడితే దాని కాళ్ళు చేతులు విరగ్గొడతా, ఇంకా వినకుంటే చంపి పాతి పెడతా. ఇంకా ఏమైనా ప్రశ్నలు ఉన్నాయా అంది సుమిత్ర.

వెంటనే అను కళ్ళలోకి నీళ్ళు వచ్చాయి. అక్కడ నుండి వెళ్ళిపోయింది ఆగకుండా.

అప్పుడే అక్కడికి వచ్చాడు జై.

సుమిత్ర మనసులో నేను వాడ్ని ప్రేమిస్తున్నానా అంతలా. ఆమె అన్నది నిజమే కదా. వాడు నా బావ కాదు, ఎందుకు అంత కోపం నాకు అసలు అనుకుంది సుమిత్ర.

జై ని అలా చూసింది సుమిత్ర. వీడెంట్రా బాబు చూసే కొద్దీ నచ్చేస్తున్నాడు. ముందు వీడికి లవర్ ఉందో, లేదో తెలుసుకోవాలి అనుకుంది సుమిత్ర.

ఏంటి దేవి అలా చూస్తున్నావ్ అని అడిగాడు జై.

ఏమి లేదు రాజ్. ఇంత అందమైన రాజ్ కి అందాల రాణి ఎక్కడ ఉందా అని వెతుకుతున్నాను అంది సుమిత్ర.

ఓయ్ దేవి! నీకు అంత శ్రమ లేదు, నేను వెతుక్కున్నాలే. మా అమ్మకి ఓ అమ్మాయి నచ్చింది అన్నాడు జై.

ఒక్కసారిగా మొహం మాడిపోయింది సుమిత్ర కి, కళ్ళలో నీళ్లు తిరిగాయి.

నాకు చుపిస్తావా రాజ్ అంది సుమిత్ర.

నీకు చూపించకుండా ఎలా? తప్పక చూపిస్తా అన్నాడు జై.

అంతే అను చెప్పింది నిజమే అన్నమాట. అనవసరంగా ఎక్కువ వాగేసా ఇందాక. ఆ అమ్మాయే రాజ్ ని ప్రేమిస్తోందా? అనుకుంది మనసులో సుమిత్ర.

రాజ్ నీకు డాన్స్ వచ్చా, రాదా అడిగింది సుమిత్ర.

డాన్స్ అయితే వచ్చు కానీ ఇలా పబ్ లో, పెళ్ళిలో వేసే కుప్పి గంతులు రావు అన్నాడు జై.

అవునా నిజామా అంది సుమిత్ర.

ఫోన్ తీసి ఒక వీడియో చూపించాడు. కాలేజీ లో యూత్ ఫెస్టివల్ జరుగుతోంది. జై డాన్స్ స్టార్ట్ అయింది. ఇంకా ఆడిటోరియం మొత్తం చప్పట్లు. మెరుపులా..అంటూ చిరు స్టాంగ్ కి డాన్స్ చేస్తున్నాడు. సాంగ్ మారింది, మెడ్లీ పెర్ఫార్మన్స్ అది. స్టేజి పైకి అను వచ్చింది. పదహోరెళ్ల వయస్సు అంటూ చిరు స్టెప్స్ జై వేస్తుంటే అను అచ్చు రాధా లగే మేకప్ అండ్ స్టెప్స్, చిన్న చిన్న చేంజ్ తో అక్కడే సాంగ్ మళ్ళా మారింది. బాలకృష్ణ స్వాతిలో ముత్యమంతా సాంగ్ వచ్చింది. ఇద్దరు ఏమాత్రం తగ్గకుండా చేసేసారు. మళ్ళా సాంగ్ మారింది. నాన్నకు ప్రేమతో సినిమా లో లవ్ దెబ్బ సాంగ్ చేస్తున్నారు వాళ్ళ ఇద్దరు. ఈసారి అల్లు అర్జున్ సిటీ మార్ సాంగ్ మళ్ళా చేసారు ఇద్దరు. ఇంకా చివరగా ప్రిన్స్ మైండ్ బ్లాక్ సాంగ్ తో పూర్తి చేసారు డాన్స్ మెడ్లీ.

ఆ తర్వాత ప్రైజెస్ గ్రూప్ సాంగ్, సోలో, ఇంకా డ్యూయెట్ అన్నింట్లో జై, అనే వచ్చింది ఫస్ట్ ప్రైజ్.

అదంతా చూసిన సుమిత్ర వీడు పెద్ద డాన్స్ మాస్టర్ బాబు అనుకుంది. అను తో కెమిస్ట్రీ చూసి అను కి జై పై ఉన్న కాన్ఫిడెన్స్, ఇందాక అను మాట్లాడిన మాటలు, ఇంకా అను ఏడుస్తూ వెళ్లిన విధానం అన్ని గుర్తు చేసుకుని అను, రాజ్ లవర్స్ అని ఫిక్స్ అయింది.

అంటే వీడి పేరు జై నే. మరి నాకు ఎందుకు రాజ్ అని చెప్పాడు ? నేను పిలిస్తే పేరు బాగుంది కానీ నా ప్రేమ వద్దు వీడికి. అంటే ఆల్రెడీ లవర్ ఉంది, కంగారుపడ్డాడు బిడ్డ అనుకుంది.

ఒకవేళ ఇద్దరు లవర్స్ ఉండాలి అనుకుంటున్నాడా? అలా ఉండచ్చా? లేదా మనం ఆ అను ని తోసేసి వీడి గుండెల్లో ప్లేస్ ఆక్రమించామా? ఒకవేళ అదే నిజామా ?అదేదో సినిమా లో అన్నట్టు, నిజమైతే బాగుణ్ణు ఏమో అనుకుంది.

మళ్ళా ఛ ఛ! నేను ఏంటి ఇలా ఆలోచిస్తున్నా? ఎందుకు ఇంత ఇష్టం అసలు అలా వచ్చేసింది. ఏది ఏమైనా వాళ్ళు లవ్ లో ఉన్నారు. ఇలా వాళ్ళు విడిపోవాలి అనుకోవడం తప్పు. నేను ఇప్పుడే కదా వచ్చాను, ఇప్పుడే పోతాను. ముందు లైఫ్ లో ఏదో ఒకటి సాధించాలి. ఆపదలో హెల్ప్ చేసిన ఫ్రెండ్ లా రాజ్ ని గుర్తు పెట్టుకోవాలి మనసులో అనుకుంది సుమిత్ర.

అందరు జై అని పిలుస్తున్నారు, నీ పేరు రాజ్ కదా అంది సుమిత్ర.

ఏ పేరుతో పిలిచినా పలుకుతా అభిమానంతో పిలుస్తుంటే అన్నాడు జై.

సరే ఏదో ఒకటిలే. ఐనా నా వాడు కానపుడు జై అయితే ఏంటి,రాజ్ అయితే ఏంటి అనుకుంది సుమిత్ర.

అందరు కలిసి రఘు చెల్లి కి, బావ కి గిఫ్ట్ ఇచ్చారు. సుమిత్ర కూడా వారిని విష్ చేసింది. అక్కడ వాతావరణం చాలా కొత్తగా ఉన్నా బాగా నచ్చింది సుమిత్ర కి.

కానీ రాజ్ తన వాడు కాదు అన్న నిజం తట్టుకోలేకపోతోంది.

ఇంక బయలుదేరదామా అని అడిగాడు జై.

సరే అంది సుమిత్ర.

ఈలోపు అను వచ్చింది.

జై నీతో కొంచెం పర్సనల్ గా మాట్లాడాలి అంది అను.

దేవి ఒక పది నిముషాలు ఆగి వెళ్దాం అన్నాడు జై.

సరే రాజ్ అంది సుమిత్ర.

అను తో పక్కకి వెళ్లి ఒక అరగంట తర్వాత వచ్చాడు జై.

ఆ అరగంట కళ్ళలో నీళ్లు వస్తున్నాయి సుమిత్ర కి, బాధ అంటే ఎంటో తెలుస్తోంది తనకి.

జై వచ్చేసరికి కళ్ళు తుడుచుకుంది.

ఈలోపు సుధాకర్ వచ్చాడు, జై తనతో మాట్లాడుతున్నాడు.

పక్కనే నుంచుని బైటకి చూస్తున్న అను దగ్గరకు వెళ్ళింది సుమిత్ర.

నువ్వు నా బావ ని ప్రేమిస్తున్నావ్ కదా అని అడిగింది సుమిత్ర.

అవును అంది అను.

ఇందాక బావ మీ డాన్స్ వీడియోలు చూపించాడు. చాలా బాగా చేసారు. ఇద్దరు సరైన జోడి అంది సుమిత్ర.

అవునా! థాంక్ యు దేవి అంది అను.

ఇందాక నీ మనసు బైట పెడదాం అని అలా మాట్లాడాను. ఏమి అనుకోకు అంది సుమిత్ర.

అవునా! నిజామా అంటే నువ్వు మీ బావని ప్రేమించడం లేదా అంది అను.

అయ్యో ఏం లేదు అంది సుమిత్ర.

ప్లీజ్, నిజం చెప్పు దేవి. ఇందాక నీ మాటల్లో చాలా. ప్రేమ తెలిసింది అంత ప్రేమ లేదు అని ఎలా చెప్తున్నావ్.

నమ్మేశావా, నిజంగా నమ్మేశావా? చూసావా నేను సహజ నటిని, సావిత్రి తర్వాత నేనే. మూవీస్ కి సైన్ చేయమని అడుగుతున్నారు అంతా అంది సుమిత్ర.

దేవి జోక్ లు వద్దు, నిజం చెప్పు. మళ్ళీ తర్వాత కాదు అంటే నువ్వ అంది అను.

అబ్బా నిజం అను, నమ్ము అంది దేవి.

సరే అయితే లే అంది అను.

జై వచ్చాడు, ఇద్దరు కలిసి వాళ్ళ బావ శ్రీ ఇంటికి వెళ్లారు.

వాళ్ళ అమ్మకి కాల్ చేసి ఎలా కాఫీ పెట్టాలో అడిగి, కష్ట పడి పాలు స్టవ్ మీద పెట్టి జాగ్రత్తగా చూస్తూ ఉన్నాడు శ్రీ.

సరిగ్గా పాలు పొంగే సమయానికి కొట్టాడు జై కాలింగ్ బెల్. అంతే పాలు మొత్తం నైట్ ఫాంట్ మీద ఒంపుకున్నాడు శ్రీ కంగారు లో. మొత్తం వేడిగా ఉన్న పాలు పడడంతో కాలినట్టు అయింది శ్రీకి.

చల్లని నీళ్లు మీద ఒంపుకుని నైట్ ఫాంట్ తీసుకుని షార్ట్ వేసుకునే పనిలో పడ్డాడు శ్రీ. కానీ జై తలుపు కొడుతూ ఉన్నాడు అలా. అంతే శ్రీ కి కోపం వచ్చి పక్కనే ఉన్న కర్ర తీసుకుని వెళ్లి డోర్ తీసాడు.

ఎదురుగా ఉన్నజై, సుమిత్ర లను చూసి ఆశ్చర్యపోయాడు.

ఏంటి బావ ఇంటికి వస్తే కొట్టి చంపేస్తావా? అన్నాడుజై.

ఒరేయ్ అసలు ఏం జరిగింది తెలుసా అంటూ అప్పటిదాకా తాను చేసిన పాల నిర్వాకం అంతా చెప్పాడు శ్రీ.

జై కి నవ్వాగలేదు. సుమిత్ర అయితే పడి పడి నవ్వుతూనే ఉంది ఎక్కడ ఆగకుండా. అప్పుడే సుమిత్ర ని సరిగా గమనించాడు శ్రీ.

ఈ అమ్మాయిని ఎక్కడో చూసినట్టు ఉందే అన్నాడు శ్రీ.

సుమిత్ర కంగారుగా ఎక్కడ, ఎక్కడ అంది.

అదే గుర్తు రావట్లా అన్నాడు శ్రీ.

అవునా అన్నాడు జై.

అసలు ఎవరు రా కొంపతీసి లవ్ నా, సహాయం కోసం నా దగ్గరికి వచ్చావా అన్నాడు శ్రీ.

అలాంటిదే కానీ కొంచెం టిపికల్ స్టోరీ అన్నాడు జై.

ఏంటో సెలవిస్తే విని తరిస్తాం అన్నాడు శ్రీ.

సరే చెప్తా అని ఇలా చెప్పాడు – మా అమ్మ కి ఒక అన్నయ్య ఉన్నాడు. ఆయన కూతురు ఈమె. వాళ్ళ నాన్నకి ఇష్టం లేని పెళ్ళి చేసుకుంది అని మా అమ్మని గెంటేశారు.,కానీ మా మావయ్య కి చెల్లి అంటే ఇష్టం. అలా అత్త ని వాళ్ళ ఇంటికి తీసుకెళ్ళడానికి కంకణం కట్టుకుంది ఈ దేవి. అలా అనుకోకుండా నన్ను కలిస్తే హెల్ప్ చేద్దాం అని వచ్చాను కానీ ఈలోపు మేము ప్రేమలో పడడం వల్ల నీ హెల్ప్ కోసం వచ్చాను అంటూ ఏదో 'అత్తారింటికి దారేది' స్క్రిప్ట్ ని మార్చి అలా చెప్పాడు జై.

మరి ఏం జరిగింది వాళ్ళ అమ్మ జైకి చెప్పాలి కదా.

హా ఇప్పుడు అర్థం అయింది. నీ మరదలు అచ్చు వాళ్ళ అత్త పోలికలే. అందుకే ఎక్కడో చూసినట్టు ఉంది అన్నాడు శ్రీ.

నావి నిజంగా అత్త పోలికలు అని అందరు అంటారు. మరి అంటే నిజంగా వీడు చెప్పే స్టోరీ నిజమా ?అయితే అత్తని తీసుకెళ్ళే నిజంగా నాన్న హ్యాపీ. నా జీవితంలో చేసిన తప్పు దిద్దుకునే అవకాశం. అయి ఉండదులే, అత్త నే పుట్టక ముందే చనిపోయారు. అంటే వీడు ఏదో స్టోరీ చెప్పాడు. మనం వంత పాడాలి. ఈ శ్రీ గారు అప్పుడే వాళ్ళ అమ్మతో పోలుస్తున్నారు. అసలు నన్ను ఎక్కడ చూసారో వాళ్ళ అమ్మ అంటున్నారు. స్టోరీ లో లవ్ కు నేను, నిజానికి మాత్రం అను కావాలి దొంగ మొహం అనుకుంది సుమిత్ర. అయినా వీళ్ళని ఎందుకు అనాలి, నాకు ప్రేమ కలిగింది వాళ్ళు ప్రేమలో ఉన్నారు. అయినా జై నన్ను కాపాడాడు,ఎప్పటికి నాకు ఆప్తుడు. తన ప్రేమకి సహాయం చేస్తా తప్ప అడ్డపడను అని తనలో తాను అనుకుంటోంది సుమిత్ర.

ఏంటి ఇది తెగ ఆలోచిస్తోంది? మనకు అమ్మ ఇంకా గతం చెప్పలేదు కదా, నేనే ఏదో కథ అల్లాను. ఇప్పుడు దీనికి ఏమన్నా డౌటు వచ్చిందా అనుకున్నాడు జై.

ఏమైంది దేవి, నిన్ను అస్తమాను మరదలు అంటూ కథలు చెప్తున్నా అని కోపం వచ్చిందా అన్నాడు జై సుమిత్ర చెవి దగ్గరికి వచ్చి.

అలా ఏం లేదు కానీ కొద్దిగా కోపంగా ఉంది, పర్వాలేదు నన్ను కాపాడినందుకు నీకు ఛాన్స్ ఇచ్చాలే అంది సుమిత్ర.

అవునా ధన్యవాదాలు అన్నాడు జై.

ఏంటి బావ, మరదలు ప్రేమ మాటల్లో మునగాలి అంటే చెప్పవచ్చు కదా. నేను వెళ్తా ఇక్కడ నుండి ఈ గుసగుసలు దేనికో అన్నాడు శ్రీ.

అయ్యో అన్నయ్య అదేం లేదు, జై కి కాఫీ తాగాలని ఉంది ట అంది సుమిత్ర.

సరే మీరు మాట్లాడుతూ ఉండండి, నే కాఫీ పెడతా అన్నాడు శ్రీ

అయ్యో అన్నయ్య మీకు ఎందుకు అంత శ్రమ అంది సుమిత్ర.

నువ్వు పడతావా అమ్మ అన్నాడు శ్రీ.

మీరు అయితే కనీసం పాలు పొయ్యి మీద పెట్టారు, మనకి అది కూడా ఎలా చేయాలో తెలీదు అన్న అంది సుమిత్ర.

మరి ఎలా అన్నాడు శ్రీ.

ఉన్నాడు కదా నా ముద్దుల బావ, మరదలు మరియు ప్రేయసి కోరిక మేరకు తన కాఫీ తానే పెట్టుకోవడం కాకుండా మనకు కూడా రెండు కప్పులు ఇస్తాడు అంది సుమిత్ర.

వాహ్ పగ ఇలా తీర్చుకుంటున్నావా మరదలా అన్నాడు జై మెల్లిగా.

అవును బావ అంది సుమిత్ర.

సరే అన్న, చెల్లి కోసం పెట్టి తెస్తాను అన్నాడు జై.

వెళ్లి మూడు కాఫీ లు కలిపి తెచ్చాడు జై.

శ్రీ, సుమిత్ర ఒక చుక్క తాగారు. వెంటనే శ్రీ కుడి చేతి చూపుడు వేలు బొటన వేలు కలిపి సూపర్ అన్నట్టు చూపించాడు.

అవును జై,సూపర్ గా చేసావు కాఫీ. నీ పెళ్ళాం చాలా అదృష్టవంతురాలు అంది సుమిత్ర.

అదేంటి వేరు ఎవరో పెళ్ళాం అంటావు, నువ్వు జై ప్రేమించుకుంటున్నారు కదా అన్నాడు శ్రీ.

అవును అన్నయ్య, ఉన్న గొడవలు కి మా పెళ్లి ఎలా అవుతుందా అని నా సందేహము. పైగా జై బావ చాలా అందగాడు కదా, ఎవరో ఒకరు స్టెఫినీ లా ఉంటారు కదా అని నా సందేహం అంది సుమిత్ర.

ఎన్ని అడ్డంకులు వచ్చినా,ఎన్ని అవాంతరాలు ఎదురైనా సరే నేను నిన్ను పెళ్లి చేసుకుని తీరుతా దేవి అన్నాడు జై.

వీడు చేస్తున్నది పాత్ర అని మర్చిపోయి ఎమోషనల్ అయ్యాడు, అయినా అది నిజం కావాలి అని మనసుకు అనిపించింది. కానీ అను కి అన్యాయం చేయలేను కదా అనుకుంది. ఎందుకు నా జీవితంలోకి వచ్చావు జై, అసలు నా మనసుకు ప్రేమ అన్నది ఒకటి పుడుతుంది అని ఎప్పుడు అనుకోలేదు నిన్ను కలిసే దాకా అనుకుంది సుమిత్ర.

ఏంటి మేడం మళ్ళీ సైలెంట్, నమ్మరా నన్ను అన్నాడు జై.

ఎందుకు నమ్మను ?ఈ ప్రపంచంలో ఈరోజు నేను ఎవరినైనా నమ్మగలను అంటే అది నిన్నే రాజ్ అంటూ జై ని హత్తుకుంది సుమిత్ర.

చాలా సంతోషం వేసింది జైకి. సుమిత్ర చుట్టూ చేయి వేసాడు.

వీడు ఏంటి టెంప్ట్ అవుతున్నట్టు ఉన్నాడు. ఐనా వీడి కౌగిలి లో ఇలా ఉంటే చాలా బాగుంది అనుకుంది మనసులో. మళ్ళా అయ్యో ముందు నేను కంట్రోల్ లో ఉండాలి, అవతల అను అనుకుంది మళ్ళా.

వెంటనే జై ని వదిలి కొంచెం చెవి దగ్గరకు వెళ్ళి, నువ్వు ఓవర్ ఆక్షన్ చేసావు, నేను చూడు ఇంకా ఎంత బాగా చేసానో అంది సుమిత్ర.

అసలు ఏం జరుగుతుంది ఇక్కడ? బేస్ వాయిస్ తో అన్నాడు శ్రీ.

అంటే ప్రేమ ఎక్కువయ్యింది అన్నయ్య అంది సుమిత్ర.

ఇది మళ్ళా మొదలు పెట్టింది అనుకున్నాడు జై.

ప్రేమ ఎక్కువైతే ఏం చేద్దాం అంటారు ఇప్పుడు అన్నాడు శ్రీ.

ఏమో బావ నాకైతే ఏం తెలీట్లేదు, అది నేను ఇంటికి వెళ్ళాక మా అమ్మతో మాట్లాడతా కానీ, నీ విషయం ఎంత దాక వచ్చింది చెప్పు అన్నాడు జై.

నా విషయం ఏముంది రా, మీ అక్క విడాకులు కావాలని పంతం పట్టింది కదా ఇవ్వాల్సి వచ్చింది అన్నాడు శ్రీ

ఏంటి బావ అసలు ?నీకు, అక్కకి సమస్య ఏంటి? ఏం జరుగుతుంది అన్నాడు జై.

ఇప్పుడు అవన్నీ తెలుసుకుని ఏం చేస్తావ్ రా అన్నాడు శ్రీ.

బావ! త్వరలో పెళ్ళి చేసుకోవాలి అనుకుంటున్నాం, ఇలాంటివి మాకు ఉపయోగపడతాయి అన్నాడు జై.

అవును అన్నయ్య అంది సుమిత్ర.

మన సమాజంలో ఎక్కువ శాతం మందికి ఒక సమస్య ఉంది రా, మనల్ని ఎంతో ప్రేమించేవాళ్ళు మన పక్కనే ఉన్నా మనకు నచ్చరు. ఎవరైతే మనల్ని అంతగా ప్రేమించారో వారి కోసం మనం ఎన్ని చేస్తాం, నిరంతరం వారి కోసం ఆలోచనలు, ఎక్కువ శాతం మంది ఇలా ఉన్నారు అని నాకు అనిపిస్తోంది అన్నాడు శ్రీ.

సరిగా అర్థం కాలేదు కానీ నీ జీవితంలో ఏమైంది బావ అని అడిగాడు జై.

చెప్పడం మొదలుపెట్టాడు శ్రీ. నేను మీకు చెప్తాను.

శ్రీ ఒకసారి ఏదో పెళ్ళికి అని అమ్మ, నాన్న ని తీసుకుని జై ఊరు వచ్చాడు,.. అప్పుడే లావణ్య అమ్మ నాన్న, అదే జై పెద్దమ్మ పెదనాన్న, శ్రీ అమ్మ నాన్న దగ్గరికి వచ్చారు.

లావణ్య నాన్న శ్రీ అమ్మ నాన్నతో మా అమ్మాయి మీ అబ్బాయి చదివిన కాలేజీ లో చదివింది, రెండు సంవత్సరాలు జూనియర్ మీ అబ్బాయికి. తనకి ఈ మధ్య సంబంధాలు చూస్తున్నాం. ఇక్కడ ఉన్న బంధువుల వల్ల మీ వాడు వరస అవుతాడు అని తానే మాకు చెప్పింది. పైగా మీ వాడు అంటే కాలేజీ నుంచి తనకి ఇష్టం అని తెలిసింది. మీకు అభ్యంతరం లేకుంటే ఈ పెళ్లి అయ్యాక మీరు మా ఇంటికి వస్తే ఓ సారి మాటలాడుకోవచ్చు. అబ్బాయి నాలుగేళ్లు గా జాబ్ చేస్తున్నాడు హైదరాబాద్ లోని బహుళ జాతి సంస్థలో అని తెలిసింది అన్నారు లావణ్య నాన్నగారు.

మేము అబ్బాయితో మాట్లాడి చెప్తాం అన్నారు శ్రీ నాన్నగారు.

శ్రీ ని, వాళ్ళ అమ్మని పక్కకి తీసుకెళ్లారు. శ్రీ ఏమంటావ్ రా? నువ్వు ఎవరినైనా లవ్ చేస్తున్నావా? నీ మనసులో ఎవరైనా ఉన్నారా ?అన్నారు శ్రీ వాళ్ళ నాన్నగారు.

ఎవరు లేరు కానీ ఇంత అర్జెంటు గా ఇక్కడ ఏంటి నాన్న అన్నాడు శ్రీ.

పెళ్లిళ్లు ఇలాంటి చోటే డిసైడ్ అవుతాయి కానీ, నీ మనసులో ఎవరు లేరు కదా అంది శ్రీ వాళ్ళ అమ్మ

లేరు అన్నాడు శ్రీ.

సరే వాళ్ళ ఫామిలీ చాలా మంచిది. వెళ్లి మాట్లాడదాం, మన వాడికి నచ్చితేనే చేద్దాం అంది శ్రీ వాళ్ళ అమ్మ. నీకు ఆ అమ్మాయి తెలుసా అని అడిగింది శ్రీ ని.

నాకు మిల్కీబార్ తెలుసు కానీ లావణ్య ఎప్పుడు తెలీదు. ఒకసారి పెళ్లి లో చూసా అంతే., మిల్కీబార్ ని పిన్ని దగ్గర చూసా కదా తెలుసు.

మిల్కీబార్ ఎవర్రా అని అడిగారు శ్రీ నాన్నగారు.

వైజాగ్ పిన్ని వాళ్ళ వదిన కూతురు, చిన్న పిల్ల. మిల్కీబార్ అంటే చాలా ఇష్టం, నే ఇచ్చేవాడిని. వైజాగ్ లో ఎక్కడ కనపడ్డ 'బావా! మిల్కీబార్' అంటుంది. ఇందాక కూడా అడిగింది, నేనే తేలేదు కదా. ఇందాక మీతో మాట్లాడిన వాళ్ళని పెద్దమ్మ, పెదనాన్న అంటోంది అంటే ఆ లావణ్య కు చెల్లె కదా అన్నాడు శ్రీ.

అంతే అయి ఉంటుంది లే. సరే అయితే పెళ్లి అయ్యేక అటు వెళ్లి వచ్చేద్దాం అన్నారు శ్రీ నాన్నగారు.

సరే మీ ఇష్టం నాన్న అన్నాడు శ్రీ.

పెళ్లి చాలా బాగా జరిగింది. ఆ రోజు బాగా రెస్ట్ తీసుకుని తర్వాత రోజు లావణ్య వాళ్ళ ఇంటికి వెళ్ళారు.

లావణ్యని చూపించారు శ్రీ కి, ఇద్దరు ఒకరికొకరు చూసుకున్నారు. లావణ్య ముఖం వెలిగిపోతోంది, శ్రీ కి కొంచెం గందరగోళంగా ఉంది. అందరు చుట్టాలే కావడంతో ఎవరికీ కొత్త లేదు. వాళ్ళ వైజాగ్ పిన్ని మాత్రం మిల్కీబార్ అదే శ్రీజ కోసం వెతుకుతోంది.

తన మనసులో శ్రీ ఉన్నాడు అని అనుమానము కాబోలు వాళ్ళ పిన్నికి. శ్రీజ ఏమో తనకి పరీక్ష ఉంది అని పొద్దునే వెళ్ళిపోయింది.

ఇంక వైజాగ్ పిన్ని వెళ్ళి మన కబుర్లేనా, లావణ్య శ్రీ మాట్లాడుకోవద్దా అని అడిగింది. ఆ మాట వినడం పాపం లావణ్య, సరే అత్తయ్య డాబా మీద మాట్లాడుకుంటాం అంది లావణ్య.

అమ్మాయి స్పీడ్ చూసి అందరు చెవులు కొరుక్కున్నారు. అవేం పట్టనట్టు శ్రీ కి మెట్ల వైపు దారి చూపి పైకి వెళ్ళిపోయింది లావణ్య.

పైకి వెళ్ళాడు శ్రీ.

హాయ్ లావణ్య! నా పూర్తి పేరు అనబోయాడు శ్రీ.

నీ పేరు శ్రీనివాస్, SRM కాలేజీ, కాలేజీ టాపర్ – స్పోర్ట్స్, గేమ్స్ ఇంకా డాన్సులు, కథలు, కవితలు అన్నింట్లో ముందే ఉంటారు తమరు మరి.

కాలేజీలో ఒక ఫ్యాన్ బేస్ ఉంది. అందులో ఎక్కువ అమ్మాయిలే ఉన్నారు. ఇంకా వరల్డ్ టాప్ ఫైవ్ లో ఉన్న కంపెనీ లో నాలుగేళ్లు గా జాబ్ చేస్తున్నావ్. ఇంకా చెప్పాలి అంటే చాల చిన్న వయసులో పెద్ద పొజిషన్ కి వెళ్ళి లీడ్ రోల్ చేస్తున్నావ్. ఇంకా కాలేజీ లో గర్ల్ ఫాన్స్ తప్ప గర్ల్ ఫ్రెండ్ లేదు. ఇప్పుడు ఆఫీస్ లో అసలు ఆ విషయం ఆలోచించడం లేదు.

బాడ్మింటన్ ఆడితే గంటలు గంటలు అదే పని, లేదంటే కోడింగ్ లో బిజీ బిజీ. టూర్స్ కి ఒంటరిగా వెళ్తావ్. ఏమైనా మిస్ అయ్యానా? ఇంకో విషయం కాలేజీ లో నీ ఫాన్స్ లో నేను ఉన్నా, నిజానికి నువ్వంటే చాలా క్రష్, అందుకే ఈ డీటెయిల్స్ అన్ని అంది లావణ్య.

ఒక్క నిమిషం అవాక్కయ్యాడు శ్రీ.

మరి నన్ను కాలేజీ లోనే అప్రోచ్ అవ్వచ్చు కదా అన్నాడు శ్రీ.

అవ్వచ్చు సార్ కానీ మీ కంటే టూ ఇయర్స్ జూనియర్స్ మేము. నిన్ను ఫాలో అయ్యే మా సీనియర్స్ నీ వైపు చూసినా ర్యాగింగ్ అంటూ హింస. ఎలాగోలా ధైర్యం చేసి చెపుదామన్న

నాకేమో భయం. ఇంకా తమరికేమో కాలేజీ లో ఎంతో మందిని రిజెక్ట్ చేసిన చరిత్ర కూడా ఉంది.

భయమా? నీకా? అన్నాడు శ్రీ.

అయ్యో శ్రీ ఇప్పుడు ధైర్యముగా మాట్లాడుతున్నా అంటే అసలు భయమే లేదు అనుకున్నావా. గ్రాడ్యుయేషన్ వరకు చాలా భయం. ముందు మా వాళ్లకి నిన్ను వేరే పెళ్లి లో చూసా అని చెప్పాను. అమ్మ నాన్నకి మాత్రమే కాలేజీ జూనియర్ అని చెప్పాను. అందరికి చెప్తే అప్పుడే లవ్ అనుకుంటారు,. గ్రాడ్యుయేట్ అయ్యాక మాత్రం హైదరాబాద్ వెళ్ళాక భయం తగ్గింది, మారాను. మార్పు కి కారణం మాత్రం బాలు నే అంది లవణ్య.

ఓహ్ అవునా అన్నాడు శ్రీ, అతని ముఖ కవళికలలో ఏ మార్పు లేదు.

లవణ్య కి అది బాగా నచ్చింది. బాలు నా బెస్ట్ ఫ్రెండ్, తనకి ఈ మారుతున్న లోకం లో ఎలా ఉండాలి, ఎలా పరిస్థితి కి తగ్గట్టు మాట్లాడడం కూడా నేర్పడు. నా కాన్ఫిడెన్స్ కి ఇంకా పోటీ ప్రపంచం లో పరుగులు కి తానే కారణం అంటూ చెప్తోంది.

నీకు చాలా మంచి ఫ్రెండ్ ఉన్నాడు. అందరికి అలాంటి స్నేహితులు అవసరం అన్నాడు శ్రీ.

అబ్బా మళ్ళా నచ్చేసావ్ అంది లవణ్య.

సరే అన్నాడు శ్రీ.

కాలేజీ లో అంతా నీ వైఫ్ అవ్వాలంటే పెట్టి పుట్టాలి ఎవరో అనుకునే వాళ్లు. నేనే అది అనేదాన్ని నా ఫ్రెండ్స్ తో, నా మాటల్ని నిజం చేస్తావా శ్రీ అంటూ ప్రపోజ్ చేసింది లవణ్య.

ఆ మాటలకి ఉబ్బితబ్బిబై పోయాడు శ్రీ.

స్నేహితులు అంతా గర్ల్ ఫ్రెండ్ లేదు నీకు,ఇంకా ఎందుకు సింగల్ నువ్వ అంటుంటే ఆన్సర్ తెలిసేది కాదు. ఇప్పుడు ఇందుకోసం ఇప్పటిదాకా సింగల్ అని లవణ్య ని చూపించి చెప్పాలి అనిపించింది.

సైలెంట్ గా ఉన్నావ్, నేను నీకు నచ్చ లేదా అని అడిగింది లవణ్య.

అలా అని కాదు ఇప్పుడే చెప్పాలా అని అడిగాడు శ్రీ.

టైం తీస్కో కానీ ఆ టైం అంతా ఇక్కడే తీస్కో అంది లవణ్య.

ఎందుకు అన్నాడు శ్రీ.

మరి ఎందుకు అంటే నా అందం అలాంటిది కదా, కాదు అని చెప్పలేవు అంది లవణ్య.

నీ అందం,ఆలోచన, మాట తీరు చాలా నచ్చాయి కానీ నేను కొంచెం నెమ్మదిగా ఉంటాను కదా అన్నాడు శ్రీ.

ఇద్దరు ఒకలా ఉంటే లైఫ్ ఎలా బాగుంటుంది? ఒకరి విధానాలు ఒకరు అర్థం చేసుకుంటూ ప్రేమ పంచితేనే కదా బంధానికి అర్థం ఉంది అంది లావణ్య.

అంతే అంతే, చాలా బాగా చెప్పావు. నాకు ఒక నీ ప్రేమ ఈ పెళ్లి, ఈ ప్రేమని లైఫ్ లాంగ్ పంచి ఇవ్వు మరి అన్నాడు శ్రీ.

'తప్పకుండా శ్రీ' అని బుగ్గని ముద్దు పెట్టింది లావణ్య శ్రీ కు.

శ్రీ కూడా లావణ్య నుదుటిన ముద్దు పెట్టాడు.

నెమ్మది చేతల్లో కానీ బ్రెయిన్ లో కాదు అంది లావణ్య.

అవునా ఎలా అన్నాడు శ్రీ.

ఎక్కువ మంది అబ్బాయిలు బుగ్గ మీద ముద్దు ఇస్తే ఇష్టపడతారు. ఎక్కువ మంది అమ్మాయిలు నుదుటి పైన ఇస్తే ఇష్టపడతారు. నే చేసిన దానికి నీ రి యాక్షన్ సూపర్ కదా.

ఓహ్ అవునా అన్నాడు శ్రీ.

మరి అమ్మాయి అబ్బాయి కూడా ఇష్టపడేది ఎక్కడ ముద్దు పెడితే ఇష్టపడతారు అని అడిగింది లావణ్య.

పదవులపైన, అప్పుడే తియ్యదనం మార్పిడి అవుతుంది కదా అన్నాడు శ్రీ.

అవును అంతే కదా, సార్ చాలా రొమాంటిక్ అయితే అంది లావణ్య.

నవ్వాడు శ్రీ.

సరే మరి మనకు ఒకే అని చెప్దామా పెద్ద వాళ్లకి అంది లావణ్య.

సరే అన్నాడు శ్రీ.

అయితే ఒకే అని లావణ్య వాళ్ళ వాళ్లకి చేయి చూపించింది.

శ్రీ వాళ్ళ అమ్మకి వాట్సప్ చేసాడు.

ఇద్దరు కిందకి వచ్చే సమయం కి తాంబూలాలు మార్చే కార్యక్రమం జరుగుతోంది.

లావణ్య పెదవులపై చిరునవ్వుతో ఉంది

శ్రీ కూడా ఆనందంగా ఉన్నాడు. అలా వాళ్ళ నిశ్చితార్థం కూడా అయిపోయింది. వెంటనే శ్రీ బయలుదేరుతుంటే, అప్పుడే మిల్క్ బార్ కనపడింది.

మిల్కీబార్ ఇచ్చి వెళ్ళాడు శ్రీ.

శ్రీ మిల్కీబార్ ఇచ్చి వెళ్ళాక అందరికి చెప్పినట్టే ఏదో పెళ్ళిలో చూసి లావణ్య శ్రీని ఇష్టపడింది అని చెప్పాడు శ్రీజ కి వాళ్ళ పెదనాన్న.

తర్వాత ఒకరి నెంబర్ ఒకరు తీసుకున్నారు.

నువ్వు గ్రాడ్యుయేట్ అయ్యి టూ ఇయర్స్ దాటుతోంది కదా మరి జాబ్ ఏం ట్రై చేయడం లేదా? అసలు హైదరాబాద్ లో ఏం చేస్తున్నావ్ అని అడిగాడు శ్రీ.

నేను జాబ్ సెర్చ్ కోసమే వచ్చాను హైదరాబాద్. అక్కడ జావా ఇంకా కొన్ని కంప్యూటర్ ప్రోగ్రాం కోర్స్ చేశాను అంది లావణ్య.

అదేంటి నువ్వు బాచిలర్స్ లో చేసింది కంప్యూటర్స్ కదా అన్నాడు శ్రీ.

అవును మహానుభావా పరీక్షల కోసం తప్ప,జీవితం కోసం చదవలేదు అప్పుడు.

అసలు నువ్వు ఏ జాబ్ చేద్దాం అనుకుంటున్నావ్,నీ గోల్ ఏంటి అని అడిగాడు శ్రీ.

జాబ్ అంటే సాఫ్ట్‌వేరే. అందుకే ఇక్కడ కోర్సెస్ చేద్దాం అని వచ్చా. సాఫ్ట్‌వేర్ ఎందుకంటే ఇక్కడ లైఫ్ ఇష్టం అని అంది లావణ్య.

అంత గొప్ప లైఫ్ ఉంది అంటావా అన్నాడు శ్రీ.

మరి డేటింగ్, మీటింగు లు, ఔటింగు లు, పబ్ లు, పార్టీస్ ఇంకా ఆన్ సైట్ ఎన్ని ఉంటాయి అంది లావణ్య.

అవన్నీ ఉండచ్చు, ఉండకపోవచ్చు. అవే ఉంటాయి అని మూవీస్, సిరీస్ ల ద్వారా మీకు అనిపించవచ్చు. కొంతమంది అలాగే ఉండాలి అనుకుని వీకెండ్ వచ్చేసరికి ఎంజాయ్ చేస్తూ ఉండచ్చు. కానీ ఇక్కడ ఎక్కువగా ఉండాల్సింది శ్రమ, కోడింగ్, కమ్యూనికేషన్ స్కిల్స్, టీం మేనేజ్మెంట్, క్లయింట్ ఇంటరాక్షన్. డేటింగ్ మాటేమో కానీ క్లయింట్ మీటింగ్ తో టైం అంతా అయిపోతుంది కదా. ఆన్ సైట్ ఇస్తాం అంటూ మభ్య పెట్టి వర్క్ చేయించుకోవాలి అనుకునే వాళ్ళే ఎక్కువ. అక్కడకు వెళ్ళినా నేటి కాలం లో పెద్ద ఒరిగేది కూడా ఏం లేదు అన్నాడు శ్రీ.

అవునా అంది లావణ్య.

సరే ఇంతకీ నీకు బాగా నచ్చిన సాఫ్ట్‌వేర్ జాబ్స్ వచ్చేలా ట్రైన్ అయ్యావ్ కానీ జాబ్ ట్రయిల్ ఎందుకు చేయలేదు అన్నాడు శ్రీ.

నేను కోచింగ్ తీసుకున్న చోటే నాకు పరిచయం అయ్యాడు బాలు. చాలా తెలివైన వాడు కానీ ఎందుకు జాబ్స్ వస్తున్నా జాయిన్ కావడం లేదు అని అడిగాను. లైఫ్ అంటే

తెలుసుకుంటున్నా, మళ్ళీ ఎంజాయ్ చేయడం కష్టం ఏమో అని ఎంజాయ్ చేస్తున్నా అని చెప్పాడు.

అతని ఐడియాస్ నచ్చాయి. నిజమే పెళ్ళి, ఉద్యోగం వస్తే బాధ్యత కదా, ముందే ఎంజాయ్ చేయాలి,లైఫ్ లో ఫన్ ఎలిమెంట్ ఏది మిస్ అవ్వ కూడదు అని అనుకున్నా.

నిజానికి ముందు నాకు అంత ధైర్యంగా మాట్లాడడం కూడా రాదు మరి. కానీ లైఫ్ ని వేగంగా చూడ్డం వల్ల ఫన్ మూవ్ మెంట్ ఎంజాయ్ చేయడం వాళ్ళ చాలా ఓపెన్ అయ్యాను, ఏ విషయం ఐనా నేరుగా మాట్లాడగలుగుతున్నా అని చెప్పింది లావణ్య.

సరే గ్రేట్ లావణ్య, మరి జాబ్ సెర్చ్ ఎప్పుడు అన్నాడు శ్రీ.

అది నా ప్రియమైన శ్రీవారితో హనీమూన్ కి వెళ్ళి వచ్చాక నాకో గోల్ కూడా ఉంది బంగారం అంది లావణ్య.

ఏంటో అది అన్నాడు శ్రీ.

నీ మనసు మొత్తం నేనే నిండి పోవాలి అని అంది లావణ్య.

అవునా అన్నాడు శ్రీ.

లవ్ యు సో మచ్ శ్రీ వారు అంది లావణ్య.

లవ్ యు బంగారం అన్నాడు శ్రీ.

సరే అయితే బాయ్ అని పెట్టేసింది లావణ్య.

ఓకే బాయ్ బంగారం అని కట్ చేసాడు శ్రీ.

లావణ్య పెళ్ళి అనుకున్న అప్పటినుంచి శ్రీజ చాల దల్ అయింది. తనకు ఏదో అన్యాయం జరిగినట్టు ఫీల్ అయ్యేది. అప్పుడే ఇంటర్ పూర్తి కావడం వల్ల ఎక్కువ రోజులు సెలవులు వచ్చి వైజాగ్ అత్త దగ్గరకు వెళ్ళింది.

అత్త శ్రీజ బాధ కనిపెట్టింది. నీకు అంత ఇష్టం ఉంటే చెప్పవచ్చు కదా అన్నది శ్రీజతో అత్త అప్పుడు.

అత్తా! ఎప్పటికప్పుడు నాకు ఇష్టం అన్న హింట్ బావకి ఇచ్చేదాన్ని, ప్రతి దానికి నన్నేదో చిన్న పిల్ల అని చాక్లెట్ ఇచ్చి పోతాడు. ఏం చేసేది చెప్పు పోనీ, తనకి డైరెక్ట్ చెపుదాం అంటే టెంత్ అవ్వగానే లవ్ మొదలు అనుకుంటారు. ఇంట్లో చెపుదామనుకున్న అదే పరిస్థితి అని అంది శ్రీజ.

బాధ పడకు అంది శ్రీజ అత్త.

బాధ ఏం లేదు అత్త. అక్క అదృష్టవంతురాలు అంది శ్రీజ (ఈ విషయాలు శ్రీ కి తెలీదు రచయిత పాఠకులకు చెప్పడానికి ఇక్కడ ఏం జరిగింది చెప్పడం జరిగింది).

శ్రీ, లావణ్య పెళ్లి చాల ఘనంగా జరిగింది. పెళ్లి జరిగిన కాసేపటికి రిసెప్షన్ జరిగింది.

ఈ పెళ్లిలో శ్రీజ అంటీ ముట్టనట్టు ఉంది. అది శ్రీ గమనించాడు. శ్రీజ   కి పిలిచి మిల్క్ బార్ ఇచ్చాడు. థాంక్ యు బావ అని ఎప్పటిలా తీసుకుని అసహజమైన నవ్వు ఒకటి విసిరి వెళ్ళిపోయింది.

తాను ఇంతకు ముందులా లేదు అనుకున్నాడు శ్రీ.

అప్పుడే లావణ్య తన ఫ్రెండ్స్ అందర్ని పరిచయం చేసింది శ్రీ కి. వాళ్ళు ఎందుకో శ్రీ కి నచ్చలేదు, కానీ నవ్వుతు అందర్ని పలకరించాడు. బాలు ని కూడా పరిచయం చేసింది. లావణ్య నవ్వుతు ఉంది, అది చూసి శ్రీ ఆనంద పడ్డాడు.

ఇప్పుడే వస్తా అని చెప్పి ఫ్రెండ్స్ తో రూమ్ కి వెళ్లిన లావణ్య రెండు గంటల దాక రాలేదు.

సాయంత్రం అయ్యే సరికి అంతా అలిసిపోయారు. ఆరోజే ఫస్ట్ నైట్ కి ముహూర్తం పెట్టిన కారణంగా అప్పుడే అమ్మాయిని అబ్బాయి ని ఇంటికి పంపారు.

లావణ్య ని వాళ్ళ ఫ్రెండ్స్ రెడీ చేస్తాం అని తీసుకెళ్లి పోయారు.

గర్భాదాన పూజ కార్యక్రమం మొదలయింది. లావణ్య ఫ్రెండ్స్ లావణ్య ని తీసుకువచ్చి కూర్చోబెట్టారు పీటలపై. రెండు రోజుల నుంచి నిద్ర లేకపోవడం వల్ల కాబోలు అమ్మాయి కళ్ళు తేలేసింది అనుకున్నారు అంతా. శ్రీ కూడా కాస్త నీరస పడ్డాడు. బావా, ఇప్పుడు నీరసం వస్తే కష్టం అన్నాడు శ్రీ ఫ్రెండ్.

అప్పటికి సమయం రాత్రి తొమ్మిదిన్నర అయింది. లావణ్య నిద్రకు ఆగలేక కళ్ళు మూతలు పడుతున్నాయి అన్నట్టు ఉన్నాయి. మంచి నీళ్ళు తీసి ఇచ్చాడు శ్రీ, గడగడా తాగి ఎలాగోలా పూజ చేస్తోంది లావణ్య.

ఈ టైం లో బెడ్ రూమ్ కి పంపుతారు అనుకున్న తప్ప ఇలా కూర్చో పెట్టి పూజలు చేస్తారు అనుకోలేదు అంటున్నాడు లావణ్య ఫ్రెండ్ ఒకామెతో ఇంకో అతను. అందుకే ఓవర్ ఆక్షన్ చేయద్దు అని చెప్పాను అంది ఆమె. అది పంతులు గారికి వినపడింది, ఆయన చురుకుగా చూసాడు.

అప్పుడే అదంతా చూసిన బాలు, ఏమి లేదు పంతులు గారు మీరు కానివ్వండి అని, మీరు సైలెంట్ గా ఉండండి అని వాళ్ళ ఫ్రెండ్స్ ని కసిరాడు.

బాలు కొద్దిగా నచ్చాడు శ్రీ కి, తర్వాత పూజ అయ్యింది, అందరు బెడ్ రూమ్ కి వచ్చారు. మంచం కి ఒక పక్క లావణ్య ని కూర్చోబెట్టారు ఇంకో పక్క శ్రీ ని. ఉన్న అందరు సగం సగం కింద చేరో పక్కకి చేరారు.

మళ్ళా అర్థం కాలేదు చాల మంది లావణ్య స్నేహితులకి ఏమవుతుంది అని.

ఇద్దరి మధ్యలో బిందె పెట్టారు. బిందె లో ఉంగరం వేశారు. ఇద్దరిలో ఎవరు తీస్తారు అంటే ఒక్క ఉడుతున చేయి పెట్టింది లావణ్య కానీ ఆమెకి ఉంగరం దొరకలేదు. మెల్లగా చేయి పెట్టి బంగారు ఉంగరం తీసాడు శ్రీ.

రెండోసారి మళ్ళీ బంగారం ఉంగరమే వేశారు. ఇద్దరు వెతుకులాట మొదలు పెట్టారు కానీ ఉంగరం మాత్రం శ్రీ కి దొరికింది, కానీ శ్రీ ఉంగరాన్ని లావణ్య చేతికి తగిలేట్టు వదిలాడు. అంతే దాన్ని బైటకి తీసి అరుపులు మొదలు పెట్టింది లావణ్య. అందరికి తన ప్రవర్తన అసహాజ రీతిలో అనిపించింది. శ్రీ మళ్ళీ తన చేతిని ఆమె చేతిలో ఉంచాడు.

లావణ్య కొద్దిగా కూల్ అయింది. కానీ ఆమెకి నిద్ర వస్తోంది, అన్ని పనులు అయ్యాక ఇవాళ ఆమె నిద్రకు వదిలేయాలి అనుకున్నాడు శ్రీ.

పూజారిగారు ముందు పూతరేకులు తో మొదలు పెడదాం అన్నారు.

పెద్ద పూతరేకులు తెచ్చారు. ఇద్దరినీ మంచం మధ్యకు తెచ్చి ఇద్దరి మధ్యలో పూతరేకు పెట్టి తినమన్నారు, ఇద్దరు చేరో ముక్క కారికి తినేశారు.

అప్పుడు లడ్డు తెచ్చారు, మళ్ళా ఇద్దరి పెదాల మధ్యలో పెట్టారు. అది కూడా చేరో ముక్క బానే కారికారు, తినేశారు.

ఈసారి ఆపిల్ ని ముక్కలుగా కోసుకు వచ్చారు. ఇద్దరు పెదాల మధ్యలో పెట్టి కొరకమన్నారు, పెళ్ళిలో ఇలాంటివి అన్ని చేయిస్తారా అని ఒక పెద్దామెను అడిగింది లావణ్య ఫ్రెండ్.

ఇవన్నీ పెళ్ళి అయినా అమ్మాయి అబ్బాయి సిగ్గు పోగొట్టుకుని ఒకరికొకరు దగ్గర అవ్వడానికి చేయిస్తారు. మీరు అంతా ముందే దగ్గర అవుతున్నారు. నిజానికి దగ్గర ఐనా వాళ్ళని చేసుకుంటారు అని కూడా లేదు కదా. ఏదో చేసాం అని పెళ్ళి చేస్తున్నారు ఈ మధ్య, శ్రీ మాత్రం అన్ని పద్ధతిగా మొత్తం చేసుకోవాలి అనుకున్నాడు అంది ఆమె.

గ్రేట్ అంది లావణ్య ఫ్రెండ్.

అప్పుడే ఆపిల్ ని నెమ్మదిగా చేరో ముక్క కారికేశారు లావణ్య, శ్రీ.

అప్పుడు వారికి తర్వాత పండు ఇచ్చారు, అది ద్రాక్ష పండు కదా, దాన్ని కొరకమన్నారు, అది అందుకోవడానికి ఇద్దరు మరి కాస్త ముందుకు వచ్చారు, దగ్గర అయ్యారు.

ఎలాగోలా పెదాలు కొరకకుండానే రెండు ముక్కలుగా ద్రాక్షని కొరికి తిన్నారు ఇద్దరు.

ఏం ఇచ్చినా పెదాలు టచ్ అవ్వకుండా తినేస్తున్నారు వీళ్ళు ఇద్దరు అని ఒక దానిమ్మ పండు కోసి గింజలు తీసేశారు.

అందులో ఒక గింజ ఇద్దరి పెదవుల మధ్య పెట్టి కొరకమన్నారు.

శ్రీ పెదాలు టచ్ కాకుండా కొరకడానికి ట్రై చేస్తున్నాడు. కానీ లావణ్య మాత్రం శ్రీ పెదాలు అంత దగ్గరగా ఉండడంతో కొంచెం ట్రాన్స్ లో వెళ్ళింది. ఇంకో రెండు నిముషాలు ఉండి ఆ గింజని వదిలి గట్టిగా శ్రీ పెదాలు కొరికేసింది.

శ్రీ చూసుకునే లోపు కొద్దిగా బ్లడ్ వచ్చింది పెదాల నుంచి. అదేమీ పట్టనట్టు లావణ్య శ్రీ నోటిలో తన నాలుక ఉంచి ముద్దుల విందు కురిపిస్తూ, అంత ముందు తిన్నవి ఇంకా నోట్లోనే ఉన్నాయా అని శ్రీ నోటిని మొత్తం తన నాలుక తో వెతుకుతోంది.

ఇక పంతులుగారు ఇలా అన్నారు. మీరు వెళ్తే వెళ్ళండి లేదంటే చూస్తూ కూర్చోండి. ఇంకా టైం వేస్ట్ చేయాలని లేదు అని అమ్మాయి స్టార్ట్ చేసింది. అమ్మాయికి స్వీట్స్, ఫ్రూట్స్ కంటే అబ్బాయి పెదాలు తియ్యగా అనిపించాయి అన్నారు.

అందరు బైటకి నడిచారు కానీ శ్రీ మరదళ్లు ముగ్గురు అక్కడే ఉన్నారు ఎటు పోకుండా. లావణ్య ముద్దుల వాన ఆగటం లేదు, మెల్లగా శ్రీ ని గట్టిగా వాటేసుకొంది. తాను తన్మయత్వంలో ఉంది.

శ్రీ జాగ్రత్తగా ఆమె ని పక్కకి జరిపాడు. ఆమె కళ్ళు మైకంతో కోపంగా చూశాయి.

మరదళ్ల దగ్గరకు వెళ్ళి వెళ్ళండమ్మా బైటకి ఇంక అన్నాడు. ఎందుకు బావ అలా పొమ్మంటున్నావ్, చూస్తాం లే మేము కూడా. అక్క ముందే స్టార్ట్ చేసింది, నీ మీద చాల ప్రేమ ఉంది కదా అన్నారు వాళ్ళు.

అంతే లే మీరు వెళ్ళండి అన్నాడు శ్రీ.

ఊరికే ఎలా పోతాం మా కట్నాలు మాకు ఇవ్వండే అన్నారు వాళ్ళు

అవునా ఇస్తే కానీ పోరా అన్నాడు శ్రీ.

పోనీ అక్క ఇచ్చే ముద్దులు మమ్మల్ని కూడా ఇవ్వమంటావా మరి అన్నారు వాళ్ళు

అవునా ఇస్తారా మరి అన్నాడు శ్రీ.

నువ్వు 'ఊ' అను బావ మంచం లో ఉంటాము మేము కూడా అన్నారు వాళ్ళు. అక్కా! నీకు ఓకే నా అన్నారు వాళ్ళు.

ఆమె మంచం మీద అటు ఇటు దొర్లుతూ ఉండగా ఆమె సన్నని నడుము తో పాటు నన్ను ఆక్రమించు అన్నట్టు ఉన్న సంపదలు, లోతున నాభి కనపడ్డాయి. అవి వాళ్లతో పాటు శ్రీ కూడా చూసాడు.

హలో బావగారు! అక్క అందంగా ఉంది సరే, మేము అందంగా లేమా అన్నారు వాళ్ళు.

మీరంతా వచ్చారు, మరి మిల్కీబార్ రాలేదా అన్నాడు శ్రీ.

అదెవరు అన్నారు వాళ్ళు.

శ్రీజ అన్నాడు శ్రీ.

ఓహో శోభనం టైం లో పక్కనే ఉన్న అప్సరస లాంటి పెళ్ళాం, ఎదురుగా ముగ్గురు దేవ కన్య లాంటి మరదళ్ళు ఉండగా, ఇక్కడ లేని అసలు కనపడని శ్రీజ కోసం వెతుక్కుంటున్నారు అంటే ఏదో ఉంది అన్నారు వాళ్ళు.

అబ్బా పెళ్లి లో కూడా సరిగా కనపడలేదు అని అడిగాను. మీతో పాటు ఉండాలి కదా అని అన్నాడు శ్రీ.

ఈలోపు లావణ్య ఇంకో సారి శ్రీ ని తన మీదకి లాక్కుని మెడంతా ముద్దులు ఇచ్చేసింది, శ్రీ ని తన గుండెలపై ఉంచుకుంది.

శ్రీ కూడా ఇంకా తనని అదుపులో ఉంచుకోలేక లావణ్య ముఖం అంతా ముద్దులు ఇస్తూనే ఉన్నాడు. ఆలా మెల్లగా తన చేతిని లావణ్య నడుముపై ఉంచి అలా ఒత్తుతూ ఉన్నాడు.

మరదళ్ళు ముగ్గురు కూడా శ్రీ, లావణ్య చుట్టూ చేరారు.

ఇద్దరు ముద్దుల్లో తేలుతూ ఉన్నారు. లావణ్య నాభి సంపదను శ్రీ తన నాలుక తో రుచి చూస్తూ ఉన్నాడు. అలా చేస్తూ పక్కకి తిరిగిన అతనికి పక్కనే ఇంకో రెండు కళ్ళు కనపడ్డాయి. అవి ఒక మరదలు కళ్ళు అని అర్థం అయింది.

వెంటనే లేవబోయాడు కానీ లావణ్య వదల్లేదు. శ్రీ ని పైకి లాగి ఎద సంపదల మధ్య కి లాక్కుని శ్రీ నుదుటిపై ముద్దల వర్షం కురిపిస్తోంది.

మళ్ళా తన్మయత్వంలోకి వెళ్లిన శ్రీ కి తల ఎదురుగా వేరే నడుము కనపడింది. అది ఇంకో మరదలుది అని అర్థం అయ్యి చటుక్కున లేవబోయాడు.

లేస్తున్న శ్రీ ముక్కు లాగిన లావణ్య, ఇంతకుముందు గాయం చేసిన పెదాల్ని ఇంకో సారి మృదువు గా చుంబించడం మొదలు పెట్టింది. ఒక్కసారిగా పెదాల్ని వదిలి బుగ్గని కొరకడం మొదలు పెట్టింది.

ఆ జోరులో శ్రీ కూడా లావణ్య ఎడమ వైపు బుగ్గని మెల్లగా ముద్దు పెట్టడం మొదలు పెట్టాడు. అలా మెత్తగా శ్రీ పెదాలు లావణ్య బుగ్గని రాస్తున్న సమయాన ఇంకో బుగ్గ కనపడింది. ఆ బుగ్గ ఇంకో మరదలుది అని తెలియడానికి ఎక్కువ సమయం పట్టలేదు శ్రీ కి.

ఇంక లాభం లేదు అని పైకి లేచి, ముద్దుల మరదళ్ళు ఇది చాల అన్యాయం అన్నాడు శ్రీ.

మేము నిన్నేం డిస్టర్బ్ చేయటం లేదు కదా బావ. నీ పని కానీ, అక్క చూడు ఆ ఫీల్ లోంచి బైటకి రావట్లా. నువ్వేమో ఇలా అయితే ఎలా బావ అంది ఒక మరదలు.

అవును బావ, అక్కని చూసి మాకు కూడా చాలా వేడి పెరుగుతుంది. మరి అది కూడా చల్లార్చే బాధ్యత నీకు ఇమ్మంటావా అంది ఇంకో మరదలు.

అవును బావ, మాకు ఇది పెద్ద పాఠమే కదా, చూస్తున్న ప్రాక్టికల్ కూడా చేసేద్దామా తర్వాత అంది మూడో మరదలు.

ఆ సమయం లో లావణ్య కి చిరాకు వచ్చింది. కొంచెం మత్తుగా, ఇంకొంచెం కోపంగా మీరు బైటకి పోతారా లేదా మంచం పైకి వస్తారా ఏదో ఒకటి డిసైడ్ చేయండి. ఇలా గోల చేయకండి,అంటూ శ్రీ వైపు చూసి ఎంటి నస నాకు అంటూ మళ్ళా తన వైపుకి లాక్కుంది శ్రీ ని.

ఎందుకో అక్క మాటలకి ముగ్గురు మరదళ్ళకి కళ్ళలో నీళ్లు తిరిగాయి.

సారీ అక్క బావ, ఏదో సరదాగా ఆట పట్టిద్దాం అని చేశాము. అక్కా! మీకు ఇంత కోపం ఉందని తెలీదు. మేం వెళ్తాము బావ, సారీ వన్స్ అగైన్ అండ్ ఎంజాయ్ ది డే అన్నారు ముగ్గురు.

అయ్యో పర్లేదు. మాకు ఒక మెమరీ ఉండాలి కదా అన్నాడు శ్రీ.

అబ్బా నువ్వు మొదలు పెట్టావా ?రెండు గంటల నుంచి వీళ్ల నస. కనీసం రొమాన్స్ స్టార్ట్ చేసి అందర్నీ పంపా, వీళ్ళని మాత్రం లేదు అంది లావణ్య.

మళ్ళా వాళ్ళ మొహాలు మాడిపోయాయి.

మీ అక్క సిచ్యుయేషన్ బాలేదు ఏమి అనుకోవద్దు అన్నాడు శ్రీ.

లావణ్య, శ్రీ చేయి పట్టుకుని లాగబోయింది కానీ శ్రీ అందకుండా, మీ అక్క తరపున నేను సారీ చెప్తున్నా అన్నాడు.

అయ్యో తాను మా అక్క, మమ్మల్ని అనే హక్కు ఉంది. మీరు మొన్న మా ఇంటికి వచ్చారు, ఇంత అర్థం చేసుకున్నారు కానీ ఆమెకి అర్థం కాలేదు, అదే మా బాధ అన్నారు వాళ్ళు.

అబ్బా అంటూ తల పట్టుకుంది లావణ్య.

ప్లీజ్ ఈరోజు తన మాటలు పట్టించుకోవద్దు అన్నాడు శ్రీ.

సరే బావ అన్నారు వాళ్ళు.

అయ్యాయా మీ సోది కబురులు లేదా వాళ్లతో పోతారా? నే పడుకోవాలా? అంది లావణ్య చాలా మత్తుగా

బావా! మేము వెళ్తాము, సారీ అన్నారు వాళ్ళు.

వాళ్ళ ముగ్గిరి కి మూడు ఆండ్రాయిడ్ న్యూ మోడల్ ఫోన్స్ ఇచ్చాడు శ్రీ.

వాళ్ళ ముఖం లో చాలా కాంతి వచ్చింది.

ఇప్పుడు ఎందుకు బావ ఇవి అన్నారు వాళ్ళు.

మీరు వస్తారు, ఇలా అల్లరి చేస్తారు అని తెలుసు. మీ అక్కకి హెల్త్ బాలేదు కదా లేదా తన చేత ఇప్పించేవాడిని అన్నాడు శ్రీ.

లావణ్య మంచంపై బోర్లగా పడుకుని కుడి చేతితో మంచం ని కొడుతోంది. పైట పక్కకు జరిగి ఉంది. జాకెట్ కింద ఉన్న నడుము భాగం ఏ ఆచ్ఛాదన లేకపోవడం వల్ల తెల్లగా మెరుస్తూ శ్రీ దృష్టిని ఒక్కసారి ఆకర్షించింది.

అది చూసిన మరదళ్ళు, ఇంక సరే బావ, థాంక్ యు, డోర్ లాక్ చేస్కో అని బైటకి నడిచి వెళ్లారు. డోర్ లాక్ చేసాడు శ్రీ.

కానీ శ్రీ కి చాలా కోపం ఉంది. కానీ మొదటి రోజు కోపం చూపించాలి అని లేదు. కానీ లావణ్య ప్రవర్తన వల్ల కోపమే కాదు బాధ, ఏడుపు వచ్చింది.

అలా మంచం మీద కూర్చొని కొద్దిగా బాధపడుతూ సన్నని కన్నీరు చుక్క కారుస్తున్నాడు.

బైటకి వెళ్లిన మరదళ్ళు మాత్రం బావ ఎంత మంచివాడు అసలు, ఎంత మంచి ఫోన్స్ ఇచ్చాడు అనుకున్నారు.

అక్కకి ఏమైంది అంతలా అరుస్తోంది, ఐనా అందరు ఉండగా బావ పెదాలు కొరికేసింది అంది ఒక మరదలు.

అవును కానీ తనకి లైసెన్స్ వచ్చింది. తన మొగుడు తన ఇష్టం, అది ప్రేమే కదా. కానీ మనల్ని ఇలా ఏడిపించచ్చా అంది ఇంకో మరదలు.

ఊరుకోవే, మనం ఏమన్నా తక్కువ చేశామా, అక్క అంత మూడ్ లో ఉంటే, బావతో మనం మాట్లాడుతూ ఉంటే అక్కకి కోపం రాదా? అంతకు మించి ఏం లేదు లే అంది మూడో మరదలు.

సరేలే, ఎంతయినా మన అక్క, రేపు పొద్దునే వెళ్ళి మాట్లాడదాం అనుకున్నారు ముగ్గురు.

అక్కడ రూమ్ లో కూర్చొన్న శ్రీని తన వైపుకి లాక్కుంది లావణ్య.

శ్రీ షర్ట్ లోనికి చేయి పెట్టి గట్టిగా లాగింది, ఆ షర్ట్ చిరిగింది. తన పెదాలతో ఏకధాటిగా ముద్దుల వర్షం కురిపించింది శ్రీ గుండెలపై, వెన్నుపై.

శ్రీ కూడా లావణ్య దుస్తుల్ని శరీరం నుంచి వేరు చేసి ముద్దులు ఇస్తూ ఉన్నాడు ఆగకుండా.

ఈసారి లావణ్య ఎక్కడ పడితే అక్కడ కొరకసాగింది శ్రీ ని ఆగకుండా.

శ్రీ గట్టిగా కౌగిలి లో బంధించాడు లావణ్య ని

నెమ్మదిగా ఇద్దరు తమకంలోకి వెళ్లారు. సరిగ్గా అప్పుడే లావణ్య ఆగిపోయి మత్తుగా నిద్రపోవడం మొదలు పెట్టింది. బాగా ఆవేశంతో అగ్ని ఆవహించింది శ్రీ కి.

కానీ లావణ్య అతని గుండెలపై నిద్రపోయింది ఏమి జరగకుండానే, శ్రీ కి మరోసారి కళ్ళలో నీళ్ళు వచ్చాయి.

అసలు ఏంటి ఈ అమ్మాయి ఇలా ఉంది ? ఏమి తెలీకుండా పెళ్ళి చేసుకుని ఇప్పుడు ఇబ్బంది పడాలా? పొద్దున్నే ఈమె స్పృహలో ఉన్నప్పుడు మాట్లాడాలి అనుకున్నాడు.

అలాగే కూర్చునే ఉన్నాడు రాత్రంతా, పొద్దునే లేచింది లావణ్య. కూర్చుని నిద్రలోకి పోయాడు తెల్లవారుజామున శ్రీ.

లావణ్య లేచి కూర్చుని ఉన్న శ్రీ ని చూసుకుని అయ్యో అనుకుంది. మంచం మీద పడుకోబెట్టి వెళ్ళిపోయింది బైటకి.

బైట అత్త మామ,అమ్మ నాన్న, చెల్లెలు, చుట్టాలు ఇంకా శ్రీజ కూడా ఉంది. అంతా ఏంటమ్మా, రాత్రి నిద్రపోయావా? అబ్బాయిని బెదరగొట్టావా అసలు. పాపం పిల్లాడు ఏమయ్యాడో ఏమో నీ దెబ్బకి, ఇంత తొందరగా లేచావే అన్నారు. ఆ మాటలు విన్న శ్రీజ కి అక్కడ ఉండడం ఇష్టం లేక వెళ్ళిపోయింది వెంటనే.

శ్రీ అమ్మమ్మ మాత్రం నిద్ర బాగా పట్టిందా అమ్మాయి, హడావిడి అంతా మా ముందే నా, బాగా నిద్రపోయావు. అంత హడావిడి చేసి పాపం ఎన్ని అంచనాలు ఉండి ఉంటాయి శ్రీ కి నీ చేష్టలు చూసి అంది.

మీకు ఎలా తెలుసు ఏం జరగలేదు అని అంది లావణ్య. అంతేగా మరి అసలు ముఖం లో కాంతి లేదు, నడకలో మార్పు లేదు, బుగ్గలో సిగ్గు లేదు, నిన్న నువ్వు చేసిన అల్లరి అక్కడ ఏం చేయకపోయినా ఏదో చేసావు అని అందరు అనుకోవాలి అనే కదా అంది ఆమె.

మౌనంగా అక్కడ నుండి వెళ్ళిపోయింది లావణ్య.

పంతులుగారు పెళ్ళి కొడుకుని, కూతుర్ని పిలిచారు. ఇద్దరు పూర్తిగా భార్య భర్త అయ్యారు కాబట్టి మీరు వ్రతం చేయడానికి అర్హత పొందారు. పదండి అది కూడా పూర్తి చేస్తా అన్నాడు.

సరే అని ఇద్దరు పీటల మీద కూర్చొన్నారు. లావణ్య శ్రద్ధగా పూజ చేస్తోంది. శ్రీ రాత్రి నిద్ర లేకపోవడం వల్ల కునికి పాట్లు పడుతున్నాడు, కానీ పూజ శ్రద్ధగా చేస్తున్నాడు.

మనసులో మాత్రం ఇంకా మేము పూర్తిగా భార్య భర్త కాలేదు అనుకున్నాడు శ్రీ. ఎలాగైనా అసలు విషయం ఏంటో అడగాలి లావణ్య ని అనుకున్నాడు శ్రీ.

వ్రతం పూర్తి అయింది. ఇక పెళ్ళి కొడుకుని, పెళ్ళి కూతురుని రెస్ట్ తీసుకోమన్నారు. అప్పుడు దాక బానే ఉన్న లావణ్య, అలా చెప్పగానే మంచం ఎక్కి నిద్ర పోయింది.

మరోసారి శ్రీ కి నిద్ర కరువు అయింది.

సాయంత్రం అవుతూ ఉండగా శ్రీ స్నేహితులు వస్తే మాట్లాడుతున్నాడు. అప్పుడే లావణ్య ఫ్రెండ్స్ కూడా వచ్చారు బైటకి.

బాలు శ్రీ దగ్గరకు వచ్చి ఇంక మేము వెళ్తాము అన్నాడు, శ్రీ సరే అన్నాడు.

లావణ్య కి చెప్పి వస్తాము అన్నాడు బాలు, సరే మీ ఫ్రెండ్ ని నిద్ర లేపండి అని పంపాడు శ్రీ.

బాలు, ఇంకా మిగతా ఫ్రెండ్స్ లావణ్య ఉన్న రూమ్ లోకి వెళ్ళారు.

వాళ్ళని లోనికి రానిచ్చి రూమ్ డోర్ లాక్ చేసింది లావణ్య. ఏమైందే నీకు అన్నాడు బాలు.

నిన్న మీరు చేసిన పని నాకు చావుకు వచ్చింది అంది లావణ్య.

మీకు అన్ని తతంగాలు ఉంటాయి అని తెలిక ఏదో ఎంజాయ్ చేస్తావ్ కదా అని అలా చేసాం అంది లావణ్య ఫ్రెండ్ ఒకామె.

నాకైతే ఈ పెళ్ళిళ్ళు గురించి ఏం తెలీదు కదా లవ్స్ అన్నాడు బాలు.

నీకు తెల్సి ఉంటే నాకు ఎందుకు ఇన్ని కష్టాలు అంది లావణ్య.

ఏమైంది ఇప్పుడు, నీకు శ్రీ అంటే పిచ్చి ప్రేమ అనుకుంటారు అంతా అన్నాడు బాలు.

అవును అంతా అనుకుంటారు కానీ శ్రీ అనుకోవాలి కదా అంది లావణ్య.

ఎందుకు అలా అంటున్నావు అన్నాడు, లావణ్య ఫ్రెండ్ వేరే అబ్బాయి.

రాత్రి అంత హడావిడి చేసి తర్వాత నిద్రపోయారా అంది లావణ్య. వాట్ అన్నాడు బాలు.

అవును బాలు, అందుకే లేచినప్పటినుంచి శ్రీ కి దొరకకుండా తిరుగుతూ ఉన్నా అంది లావణ్య.

అయినా అలా ఎలా చేసావు అన్నాడు బాలు.

అదంతా నా చెల్లెళ్ల వల్ల అంది లావణ్య.

వాళ్ళు ఏం చేసారు అన్నాడు బాలు.

వాళ్ళ బావని ఆట పట్టిద్దాం అనుకున్నారు కానీ నాకు నిద్ర పట్టించారు అంది లావణ్య.

అయ్యో అలాగా, ముందు నువ్వు శ్రీ తో మాట్లాడు, జరిగింది చెప్పు. అంతా ఫ్రెండ్స్ పని అని చెప్పు. ఇప్పటికే నిద్ర లేక ఏంటి ఇది అని ఆలోచించి ఎలా అయ్యాడో చూడు అన్నాడు బాలు.

సరే నువ్వు చెప్పావు అనే చేసుకున్న పెళ్లి అంది లావణ్య.

నీ క్రష్ కదా శ్రీ అన్నాడు బాలు.

అవును కానీ నాకు లవ్ నువ్వే కదా అంది లావణ్య.

లావణ్య ఫ్రెండ్స్ అందరు బైటకి వెళ్ళారు. లావణ్య, బాలు ఉన్నారు.

బాలు కి గట్టిగా ముద్దు ఇచ్చి కౌగిల్లో బంధించింది లావణ్య.

శ్రీ కి అన్ని విధాలుగా భార్యగా ఉండాలి నువ్వు అన్నాడు.

సరే అంది లావణ్య.

హైదరాబాద్ వచ్చాక కలుద్దాం అన్నాడు బాలు. అక్కడ నుండి వెళ్ళిపోయాడు.

రాత్రి అవుతుండగా శ్రీ సైలెంట్ గా వచ్చి మంచం మీద కూర్చున్నాడు.

అప్పుడు లోపలికి వచ్చింది కాఫీ తీసుకుని లావణ్య.

హాయ్ శ్రీ నీకు ఇష్టం కదా, నైట్ తాగుతావు అని చెప్పారు అత్తయ్య అంది లావణ్య.

అవును అని ఆమె చేతిలో కప్ తీసుకుని సైలెంట్ గా కాఫీ తాగుతున్నాడు శ్రీ.

ఒక్కో సిప్ తాగుతూ ఉంటే ఆ సౌండ్ కి ఉలిక్కి పడుతోంది లావణ్య. ఇప్పుడు ఏం అడుగుతాడు, ఏం చెప్పాలి అని ఆలోచిస్తోంది.

అలా మొత్తం కప్ పూర్తి చేసి లావణ్య చేతిలో పెట్టాడు శ్రీ.

లావణ్య ఆ కప్ ని తీసుకెళ్లి బైట పెట్టి వచ్చింది.

అప్పటికే మంచం మీద పడుకుని నిద్రపోయాడు శ్రీ.

లావణ్యకి ఎందుకో బాధ అనిపించింది. మనం అవైడ్ చేస్తే ఏమో కానీ మనల్ని అవైడ్ చేస్తే చాలా కష్టం. ఐనా ఇలా చేశాను ఏంటో అనుకుంది లావణ్య.

నిద్రపోవడం లేదు లావణ్య. బాలు కి మెసేజ్ చేసింది, జరిగింది చెప్పింది

నువ్వే మాట్లాడు, సారీ చెప్పు అన్నాడు బాలు.

వెళ్లి శ్రీ భుజంపై చేయి వేసింది, కళ్ళు తెరిచాడు. ఆమె చేతిని తీసి మెల్లగా పక్కన పెట్టాడు శ్రీ.

ఇంకో పక్కకి ఒరిగి పడుకున్నాడు. మళ్ళా భుజం ని తట్టి బుగ్గ పై ముద్దు ఇవ్వబోయింది లావణ్య.

అంతే పైకి లేచాడు శ్రీ, ఏంటి నీ సమస్య అన్నాడు శ్రీ.

నిన్న నా వల్ల తప్పు జరిగింది, నన్ను క్షమించు .ఇంకో సారి ఇలా అవ్వదు అంది లావణ్య.

నీకు నిద్ర రావడం లేదా అన్నాడు శ్రీ.

లేదు అంది లావణ్య. మరి ఆల్కహాల్ తాగితే తప్ప నిద్ర రాదా నీకు అన్నాడు శ్రీ.

కళ్ళు రెండు పెద్దగా తెరిచింది లావణ్య.

చెప్పు ఇంకొంచెం గట్టిగా అన్నాడు శ్రీ. అలా కాదు శ్రీ, నిన్న మా ఫ్రెండ్స్ చేసిన పని అది, పెళ్లి కదా వాళ్ళు అలా సెలెబ్రేట్ చేసుకుంటారు కదా, ఇంకా పూజ ముందు వాళ్ళ దగ్గరకి వెళ్ళాను కదా, అప్పుడే నాకు తెలీకుండా తాగించారు ఆల్కహాల్ అంది.

అవునా అన్నాడు శ్రీ.

హా అంది లావణ్య. అయితే నీకు ఆల్కహాల్ తాగే అలవాటు లేదు అంటావు అని అడిగాడు శ్రీ.

నీకు ఉందా అని అడిగింది.

ప్రశ్న కి ప్రశ్న సమాధానం కాదు కదా అన్నాడు శ్రీ.

అంటే నీ పాయింట్ ఆఫ్ వ్యూ తెలుసుకుందాం అని అడిగాను అంది లావణ్య.

ఓహో అవునా, నాకు అయితే అసలు లేదు అన్నాడు శ్రీ.

నిజామా అంది లావణ్య. నీ మీద ఒట్టు అన్నాడు శ్రీ

చాలా గ్రేట్ అంది లావణ్య.

ఇప్పుడు నా విషయం కాదు, నీ విషయం చెప్పు అన్నాడు శ్రీ.

ఒక నిమిషం ఆలోచించి కిందకి చూసి నాకు కూడా లేదు శ్రీ, నిన్న ఫ్రెండ్స్ తెలీకుండా అలా చేసారు అంది లావణ్య.

గట్టిగా నవ్వాడు శ్రీ. ప్లీజ్ చెప్పు అంది లావణ్య. నువ్వు ఆల్కహాల్ తాగావు, మళ్ళా దొరకకుండా అన్ని జాగ్రత్తలు తీసుకున్నావు, అందుకే ఎవరికీ వాసన,అనుమానము రాలేదు. కానీ నీకు అసలు అలవాటే లేదు అని అబద్ధం చెప్తున్నావ్ అన్నాడు శ్రీ.

అంత ఖచ్చితంగా ఎలా చెప్తున్నావ్ అని అడిగింది లావణ్య.

అంటే నీకు మొదటి సారి అయివుంటే కనుక, అలా నోట్లో వాసన రాకుండా మెయింటైన్ చేయలేవు. పైగా ఆ తర్వాత కూడా అంత సేపు పూజ లో కూర్చున్నావ్, ఇక్కడ ఆటలో కూర్చున్నావ్, ఎవరికీ తెలీలేదు. ముందు ఏమో నిద్ర మత్తు అనుకున్నారు, తర్వాత నా మీద అంతులేని ప్రేమ అనుకున్నారు అన్నాడు శ్రీ.

ప్రేమ ఉంది కదా శ్రీ అంది లావణ్య.

ఇష్టం, వ్యామోహం కనపడుతున్నాయి, దాన్ని ప్రేమ అంటావా అన్నాడు శ్రీ.

అంటే అని అడిగింది లావణ్య.

అంటే నా సాన్నిహిత్యం నీకు ఇష్టం, నా మీద నీకు వ్యామోహం. ప్రేమ ఉంటే మనం పొద్దునే మాట్లాడుకునే వాళ్ళం ఇదంతా అన్నాడు శ్రీ.

అవును శ్రీ. ఇష్టం వేరే, ప్రేమే వేరే. ఇష్టాన్నే ప్రేమ అనుకుని పొరపడే వాళ్ళు చాల మంది ఉన్నారు. అందులో నేను ఒక దాన్ని. కాలేజీ లో నువ్ సీనియర్ క్రష్ ఇష్టం, ఈలోపు నిన్ను పెళ్లి చేసుకునే అవకాశం వచ్చింది, వ్యామోహం పెరిగింది, దీన్ని ప్రేమగా మార్చుకోలేనా అంది లావణ్య.

ఖచ్చితంగా మార్చుకోవచ్చు . నువ్వు నా మీద అంత ఇష్టం ఉందని ఆ రోజు చెప్పిన నాటి నుండి నీ మీద ప్రేమ పెంచుకున్నా. అది ఎలా అంటే నువ్వు నా భార్య, జీవితాంతం నా తోడు ఉండాల్సిన దానివి, కష్టం ఐనా సుఖం ఐనా నా తోడు నీవు, నీ తోడు నేను అనుకున్న. కానీ అలా

మనం ఉండాలి అంటే ఒకరి గురించి ఒకరికి పూర్తిగా తెల్సి ఉండాలి. నీకు ఉన్న అలవాటు గురించి అబద్దం చెప్పావు అంటే, ఆ అలవాటు మానేద్దాం అనుకుంటున్నావా లేక ఎప్పటికి నాకు తెలీదు అనుకుంటున్నావా. ఇలాగే తెలీకుండా మేనేజ్ చేద్దాం అనుకుంటున్నావా అన్నాడు శ్రీ.

అలా కాదు శ్రీ ముందు నేను చెప్పేది విను అంది లావణ్య.

సరే చెప్పు అన్నాడు శ్రీ.

నాకు మందు తాగే అలవాటు ఉంది శ్రీ. హైదరాబాద్ లో కోర్స్ లో జాయిన్ అయ్యాక కదా, అప్పుడే బాలు తో పాటు ఈ గ్రూప్ అంతా నాకు ఫ్రెండ్స్ అయ్యారు. మీకు చెప్పా కదా జాబ్స్ ఎప్పుడు ఐనా చేయాల్సిందే మళ్ళీ ఎంజాయ్ చేయలేము అని బాలు మాటల ప్రేరణ వల్ల, పెళ్ళికి చదువు కి మధ్య లైఫ్ గుర్తుండి పోయేలా గడపాలి అని ఇలా పబ్లు, సినిమాలు, హోటల్స్, టూర్స్ చాలా ఆనందం, అలా అప్పుడే ఈ అలవాటు కూడా వచ్చింది.

నువ్వు హైదరాబాద్ లో ఉన్నావు, నాలుగేళ్లు గా సాఫ్ట్వేర్ జాబ్స్ చేస్తున్నావ్, నీకు ఎలాగూ ఈ అలవాటు ఉంటుంది కదా, మనం హైదరాబాద్ వెళ్ళాక ఎలాగూ నీతో కలిసి తాగుదాం అనుకుంటే నీకు అలవాటు లేదు అని పెద్ద షాక్ ఇచ్చావు అంది లావణ్య.

అయితే ఇప్పుడు ఏమంటావ్ అన్నాడు శ్రీ.

ఏమో శ్రీ నాకు అర్థం కావట్లా. ఇవన్నీ మనం హైదరాబాద్ వెళ్ళాక మాట్లాడుకుందాం ఏం చేయాలా అని, ఇప్పుడైతే ఇంకేం పెంట చేయను అంది లావణ్య.

అసలు నిన్న ఏం జరిగింది అది చెప్పు అన్నాడు శ్రీ.

తప్పదా అన్నట్టు చూసింది లావణ్య.

ఇంకా కోపంగా చూసాడు శ్రీ.

అది మనం ఇంటికి వచ్చాక డ్రెస్ మార్చుకోవడానికి వెళ్ళమన్నారు కదా, అక్కడికి వెళ్ళే సరికి ఫ్రెండ్స్ వచ్చారు. ఏంటి అంటే రెండు రోజుల నుంచి దొరకలేదు ఇప్పుడు తప్పదు పార్టీ అన్నారు. సరే పార్టీ మీరు చేసుకోండి అన్నాను నేను. కానీ పెళ్ళి నీది, నువ్వు లేకుండా ఎలా అన్నారు. కానీ నేను వద్దు అన్నాను. బాలు వచ్చి మాకు ఎలానూ బాచిలర్స్ పార్టీ లేదు హడావిడి పెళ్ళి అని, ఇప్పుడు ఎలాగూ పెళ్ళి పనులు అయ్యాయి కదా అని బలవంతంగా వోడ్కా పట్టించేసారు. ఇంక ఏం చేయాలో తెలీక అక్కడే ఉన్న తులసి ఆకులు తిని, నిమ్మరసం తాగి బైటకి వచ్చి పూజ పూర్తి చేసాను. ఎవరికీ ఏ అనుమానం రాలేదు. నాకు నీ మీద ఇష్టం

పెరుగుతూ వస్తోంది ఆ ఆటల్లో, పైగా నే ఉన్న మత్తులో నిన్ను అలా చూసి తట్టుకోవడం ఎంత కష్టం అయింది. కానీ నీకు ఎలా తెలిసింది నేను తాగి ఉన్నాను అని అడిగింది లావణ్య.

చాలా గట్టిగా నవ్వాడు శ్రీ.

ఎందుకు అలా నవ్వుతున్నావ్ అని అడిగింది లావణ్య.

ఇప్పుడు తెలుసుకోవాలి అంటావా అన్నాడు శ్రీ.

తప్పుదు అంటూ దగ్గరకు వచ్చింది లావణ్య.

మెల్లగా లావణ్య నడుము మీద చేయి వేసి దగ్గరకు లాక్కున్నాడు శ్రీ. శ్రీ బుగ్గ మీద చూపుడు వేలుని పైకి కిందకి ఆడిస్తూ చెప్పు శ్రీ అని అడుగుతూ బుగ్గ మీద ముద్దు పెట్టింది.

అప్పుడు శ్రీ లావణ్య ని దగ్గరకు తీసుకుని నోటిలో నోరు పెట్టి ఊపిరి అందించడం మొదలు పెట్టాడు. అప్పుడు శ్రీ నాలుక వెళ్లి లావణ్య నోటి లోపల యుద్ధం చేస్తోంది.

వెంటనే వదిలాడు శ్రీ ఆమె నోటిని, ఇప్పుడు నీకు ఏం అనిపించింది అన్నాడు శ్రీ.

నీకు చాలా ఉంది ప్రేమ నా మీద. ఏవగింపు రాలేదా ఇంకా ప్రేమ చూపిస్తున్నావు.

ఇందాక అంత కోపం చూపించావు, అది కూడా ప్రేమ తో కూడిన కోపమేలే అంది లావణ్య. ఒకటి చెప్పానా లావణ్య. మనం కోపం చూపిస్తాం, ఏడుస్తాం, ఇంకా బాధ పడతాం వాళ్ళు చేసే పనులకు, కానీ ఒకసారి ప్రేమ, ఇష్టం మదిలోకి వచ్చిన తర్వాత మనం ఏం చేయలేము కూడా, అది నిజం అన్నాడు శ్రీ.

నువ్వు నిజంగా బంగారం అంటూ నుదుటి మీద ముద్దు పెట్టింది లావణ్య.

ఇంతకీ అసలు ఎలా కనిపెట్టావో చెప్పు బంగారం అంది లావణ్య.

ఇందాక నీ నోట్లో నోరు పెట్టినపుడు ఏం తెలిసింది అన్నాడు శ్రీ. అబ్బా నీ ప్రేమ తెలిసింది అని చెప్పా కదా శ్రీ అంది లావణ్య.

మరి ఇంకేం తెలియలేదా అన్నాడు శ్రీ. ఇందాక అత్తయ్య దగ్గరకు వెళ్లి ఆ బెల్లం పూతరేకులు తిన్నట్టు ఉన్నావ్, వాటి వాసన నీ నాలుక మీద వస్తోంది అంది లావణ్య.

కదా, నిన్న నువ్వు తాగి వచ్చి నోట్లో నోరు పెట్టావు మరి నాకు తెలీదా. దూరం ఉన్నవాళ్లకు పర్లేదు నువ్వు మేనేజ్ చేసింది తెలీదు కానీ, మరి నోటిలో నోరు పెట్టి ముద్దు పెట్టావు నాకు వాసన రాదా అన్నాడు శ్రీ.

ఓహో అలా తెలిసిందా. సారీ శ్రీ, ఇంకో సారి అలా జరగదు అంది లావణ్య.

సరే అయితే పడుకో అన్నాడు శ్రీ. ఏంటి శ్రీవారికి ఇంకా కోపం పోయినట్టు లేదు. ఏం చేస్తే పోతుంది అని అడిగింది లావణ్య.

నిన్న రాత్రి అంతా నిద్ర లేక నాకు ఓపిక లేదే అన్నాడు శ్రీ.

నిజంగానే అని అడిగింది లావణ్య.

ప్రామిస్ బంగారం అన్నాడు శ్రీ.

సరే శ్రీ రేపు నేను అసలు ఊరుకోను, ఇవాళ్టికి పడుకో అంది లావణ్య.

అవునా ఎందుకో అన్నాడు శ్రీ.

పిచ్చి ప్రేమ కదా. ఏనా నాకు అర్థం అయిందిలే, నిన్న నేను ఏడిపించా అని నువ్వు నన్ను ఏడిపిస్తున్నావ్ అంది లావణ్య.

మరి అంత అర్థం చేసుకున్నావు కదా, ఇప్పుడు నాకు ఏం కావాలి నా కళ్ళు చెప్పడం లేదా అన్నాడు శ్రీ.

ఎందుకు చెప్పడం లేదు, కానీ అయ్యగారు బెట్టు చేస్తున్నారు కదా అంది లావణ్య.

మరి ఏం చేస్తావ్ ఈ అలక తీర్చడానికి అని అడిగాడు శ్రీ, వెంటనే తన పెదవిని శ్రీ పెదవితో జత చేసింది.

ఆ ముద్దుతో కంపించాయి వాళ్ళ శరీరాలు

ఆగలేదు వాళ్ళ మధ్య ముద్దుల సంఖ్యలు

అలుపు లేకుండా పోరాటం చేసెను వాళ్ళ తనువులు

తీరాయి ఎంతో కాలం వేచిన విరహాలు

పోరాడి ఓడి గెలిచాయి వారి శరీరాలు

ఇంకా కావాలి అని కోరుకున్న వారి మనువులు

ఇంకా సహకారం ఇవ్వనన్న వారి తనువులు

కౌగిలి లో ఓడిగాయి వారి మనసులు

అలా నిద్రపోయారు ఇద్దరు. ఉదయం లేచే సరికి వలువలు లేకుండా ఉన్నారు ఇద్దరు. లావణ్య శ్రీ గుండెలపై బుగ్గని ఆనించి నిద్రపోతోంది.

శ్రీ కి ముందుగా మెలకువ వచ్చింది. తన గుండెలపై నిద్రపోతున్న లావణ్య ని చూసి చిన్నగా నవ్వుకున్నాడు. మెల్లగా నుదుటి మీద ముద్దు ఇచ్చి, బంగారం లేస్తావా అన్నాడు.

ఆమె లేచింది. వెళ్ళి రెడీ అవ్వు అన్నాడు శ్రీ, మరి నువ్వు అని అడిగింది లావణ్య.

ఏంటి అన్నాడు శ్రీ. అంటే ఒక్కదాన్నే రెడీ అవ్వాలా, కొత్త ప్లేస్ కదా భయంగా ఉంది, నువ్వు ఉంటే దగ్గర ఇద్దరం కలిసి స్నానం చేయవచ్చు కదా అంది లావణ్య.

లావణ్యకి తన మీద అంతు లేని ప్రేమ ఉన్నట్టు అనిపించింది శ్రీ కి. సరే లేచి ఫ్రెష్ అవ్వు, తర్వాత నేను అవుతాను. అప్పుడు ఇద్దరం స్నానం చేద్దాం, నీ భయం పోగొట్టేద్దాం అన్నాడు శ్రీ.

ఇద్దరు ఫ్రెష్ అయ్యారు, స్నానం చేయడానికి బాత్రూం లోకి వెళ్ళారు. ఒకరి చేతిలో ఒకరు చేయి వేసుకుని నడుస్తూ ముందుకు వెళ్ళారు.

వెళుతూనే గట్టిగా లావణ్య ని ముందుకు లాగి కౌగిలి లో బంధించాడు శ్రీ. తన్మయత్వంతో శ్రీ కి ముద్దు పెడుతోంది లావణ్య. మరోసారి లావణ్య ఒంపులు సొంపులు, ఎత్తులు పల్లాలుతో కూడిన సొగసు రుచి చూసాడు శ్రీ. లావణ్య తమకంతో చుట్టేసింది శ్రీని. అలా మరోసారి వారి పెదవులని, తనువులని ఏకం చేసారు ఇద్దరు.

అలా కాసేపు ఊపిరి అందకుండా ఉండి, తర్వాత ఒకరికి ఒకరు చిన్న పిల్లల మాదిరి స్నానం చేయించుకున్నారు.

బైటకి వచ్చిన లావణ్య నాకు చీర కట్టుకోవడం రాదు అంది. పోనీ డ్రెస్ వేసుకో అన్నాడు శ్రీ. అంటే.. నీకు వచ్చా కట్టడం అంది లావణ్య. ఏమో ఎప్పుడు ట్రై చేయలేదు, నువ్వు చేయమంటే చేస్తా అన్నాడు శ్రీ. అవునా మరి చేయి అంటూ సిగ్గు పడింది లావణ్య.

అప్పుడే లావణ్య మొబైల్ లో మెసేజ్ వచ్చింది.

శ్రీ వార్డ్ రోబ్ తీసి లావణ్య కి ఏ చీర అయితే బాగుంటుంది అని వెతుకుతున్నాడు. లావణ్య టవల్ తో బెడ్ మీద కూర్చొని మొబైల్ లో వచ్చిన మెసేజ్ కి రిప్లైస్ ఇస్తోంది.

అప్పుడే ఒక బ్లూ కలర్ సారీ తీసాడు శ్రీ. చాల మెత్తగా ఉంది, నీ శరీరానికి చాలా బాగుంటుంది బంగారం అంటూ చూపించాడు లావణ్య కి. లావణ్య అసలు శ్రీ వంక కూడా చూడడం లేదు, మెసేజ్ కి బదులు ఇస్తూ బ్లష్ అవుతోంది బాగా.

శ్రీ ఒక పది నిముషాలు ఏం మాట్లాడలేదు, బెడ్ మీద కూర్చున్నాడు, సారీ పక్కన పెట్టాడు. ఇంకో పది నిముషాలు అయ్యాక పిలిచాడు, ఈసారి కూడా ఒక పది నిముషాలు అని అంది లావణ్య. సరే అని కూర్చున్నాడు శ్రీ, కానీ తనకి ఇంకా అవ్వటం లేదు. సరే నీకు ఎలా నచ్చితే ఆలా కట్టుకుని రా, లేదంటే డ్రెస్ వేసుకుని రా, నేను బైటకి వెళుతున్నా అని చెప్పి హాల్ లోకి వచ్చేశాడు శ్రీ. శ్రీ ఏం చెప్పాడో వినకుండానే సరే అనేసింది లావణ్య.

బైటకి వచ్చేసరికి వాళ్ళ అమ్మ ఎదురు వచ్చింది శ్రీ కి. ఏరా అమ్మాయి ఏది అని అడిగింది శ్రీ వాళ్ళ అమ్మ. రెడీ అవుతోంది అన్నాడు శ్రీ.

అవునా సరే, టిఫిన్ పెట్టనా అంది శ్రీ వాళ్ళ అమ్మ. శ్రీ కి ఆకలి అవుతోంది, అంతక ముందు లావణ్య చేసిన పనికి కొంచెం కోపం కూడా వచ్చింది శ్రీ కి. అందుకే టిఫిన్ ఒక్కడే తినాలి అనుకున్నాడు. సరే పెట్టు అమ్మ అన్నాడు. శ్రీ వాళ్ళ అమ్మ ఇడ్లీ, నెయ్యి, అల్లం పచ్చడి తెచ్చి రెండు ప్లేట్స్ లో పెట్టింది.

ఇంకో ప్లేట్ ఎవరికీ అడిగాడు శ్రీ. లావణ్య కి రా అంది వాళ్ళ అమ్మ. తాను రాలేదు కదా అన్నాడు శ్రీ. రెడీ అవుతోంది కదా వచ్చేస్తుంది లే అంది శ్రీ వాళ్ళ అమ్మ.

అమ్మాయికి రెడీ అవ్వడానికి టైం పడుతుంది ఏమో నే మొన్న పెళ్ళి లో చూసాం కదా అన్నాడు శ్రీ వాళ్ళ నాన్న. అబ్బా అది పెళ్ళి కదా, ఇప్పుడు ఇంట్లోనే కదా వస్తుంది అంది శ్రీ వాళ్ళ అమ్మ.

అవునా అన్నాడు శ్రీ.

సరే నేను వెళ్ళి పిలుస్తా అని శ్రీ గది వైపు వెళ్ళింది శ్రీ వాళ్ళ అమ్మ. శ్రీ బైటకి వెళ్ళిన తర్వాత మెసేజ్ ఆపేసి బాలు కి ఫోన్ చేసింది లావణ్య (అప్పటిదాకా లావణ్య బాలు తో చాట్ లో ఉంది). బాలు కి జరిగినది చెప్తోంది లావణ్య. శారీ కట్టడం నాకు రాదు, నువ్వు కట్టవచ్చు కదా అంటే నాకు రాదు ట్రై చేస్తా అన్నాడు శ్రీ అంది లావణ్య.

మరి అందరు నాలా ఉండరు కదా అన్నాడు బాలు. అవును నువ్వు అసలు ఎంత మందికి కట్టావో, వేస్ట్ ఫెలో అంది లావణ్య. మరి నువ్వు ఎందుకు కట్టించుకున్నావు అన్నాడు బాలు. ఈ వేస్ట్ ఫెలో నచ్చి అంది లావణ్య.

సరే ఇంతకీ మీ శ్రీ నాకంటే బాగా కట్టాడా అని అడిగాడు బాలు. ఏమో ఎవరికి తెలుసు అంది లావణ్య. అంటే అలా అడిగాక నీ మెసేజ్ వచ్చింది, నే వెంటనే నీతో మాట్లాడే పనిలో పడ్డాను, శ్రీ వేచి చూసి బైటకి వెళ్ళాడు అంది లావణ్య.

పిచ్చా నీకు ఎందుకు అలా చేస్తావ్? తర్వాత మాట్లాడవచ్చు కదా నాతో అన్నాడు బాలు. తమరు బిజీ కదా సార్, మళ్ళా ఏ అందమైన అమ్మాయితో ఎటు పోతారో అని వెంటనే నీతో మాట్లాడే పనిలో పడ్డ అంది లావణ్య.

మరి పాపం శ్రీ అందమైన మూమెంట్ కోసం ఆలోచించి ఉంటాడు కదా, నాకోసం అతనికి ఆ ఫీల్ పోగొట్టావు అన్నాడు బాలు. అవును కానీ అతను, నేను కలిసే ఉంటాం కదా

ఎప్పుడు. నీతో కలిసే క్షణం, మాట్లాడే క్షణం కోసం నేను ఎప్పుడూ ఎదురు చూస్తా కదా అంది లావణ్య.

అవునా అన్నాడు బాలు. హో, ఇనా నీకు అంత ఇష్టం లేదు అనుకో ఇపీ, నాదే పిచ్చి ప్రేమ అంది లావణ్య. నీది నిజమైన ప్రేమ లావణ్య, నాది అలా ఉండదు కదా. నువ్వు అనుకున్న ప్రేమలో బాధ్యత కూడా ఉంటుంది. నిజానికి ప్రేమంటే ముందు ఉండాల్సింది బాధ్యత, కానీ నాకు అది లేదు. నీతో కలిసి తిరగడం, ఎంజాయ్ చేయడం, అన్ని షేర్ చేసుకోడం, ఇద్దరం కలిసి టూర్స్ తిరగడం, ఇలా మాట్లాడుకోవడం, వీలు అయినపుడు రొమాన్స్ లో మునిగి తేలడం ఇవన్నీ బాగుంటాయి కానీ ప్రేమ, పెళ్లి అనుకునే సరికి నీ కష్టం సుఖం కూడా నా తోడు ఉండాలి. నీకు నచ్చిన విధంగా ఇంటిని ఉంచుకోవాలి, ఇద్దరం కలిసి ఎన్ని ఒడిదుకులు వచ్చినా సంసారం చేయాలి, నీ మీద మాత్రమే ప్రేమ, ఇష్టం పెంచుకోవాలి, నీతోనే రొమాన్స్ చేయాలి, నేను అలా కాదు కదా. ఎవరితో ఎక్కువ కాలం మెలగలేను, ముఖ్యంగా నేను ఏ బాధ్యత తీసుకోలేను. నేను నా జీవితం వదిలేసి ఏ ఎంజాయిమెంట్ లేకుండా ఫామిలీ కోసం బ్రతకలేను, అందుకే ప్రేమ ని పెళ్లి తో ముగించాలి అనుకోను అన్నాడు బాలు.

అందుకే కదా బాబు నీ ప్రేమ వదిలి ఈ పెళ్లి చేసుకున్నా అంది లావణ్య. నేను బ్రేకప్ అనే కదా అన్నా. నువ్వే ఎలాగోలా నీకు నచ్చినట్టు కంటిన్యూ చేయి అన్నావు. నాకు కాస్త ఇబ్బంది గానే ఉంది అన్నాడు బాలు. ఇబ్బంది ఏముంది అంది లావణ్య. సరే ముందు శ్రీ ని పిలిచి ఆ శారీ కట్టే కార్యక్రమం పూర్తి చేయి అన్నాడు బాలు. అబ్బా, సరే బాయ్ బాలు అని పెట్టేసింది లావణ్య.

శ్రీ కి కాల్ చేసింది లావణ్య, శ్రీ చూసి కాల్ కట్ చేసాడు. లావణ్య మళ్ళా మళ్ళా చేస్తోంది, శ్రీ తీయడం లేదు. లావణ్య కి ఏం చేయాలో తెలియడం లేదు. టవల్ తో వెళ్లి పిలుద్దామా, డ్రెస్ వేసుకుందామా అనుకుంటూ ఉండగా శ్రీ వాళ్ళ అమ్మ గది తలుపు దగ్గరకు వచ్చింది. అప్పుడే లావణ్య, శ్రీ చీర కట్టుకోవడానికి సహాయం చేస్తా అని చెప్పి బైటకి పారిపోతే ఎలా అని అరిచింది. అది శ్రీ వాళ్ళ అమ్మకి గట్టిగా, శ్రీ కి, వాళ్ళ నాన్నకి నెమ్మదిగా వినపడింది.

శ్రీ వాళ్ళ నాన్న గొల్లున నవ్వాడు. శ్రీ ఏం మాట్లాడకుండా ఇంకా కొంచెం నేయి వేసుకుని ఇడ్లీ లో అల్లం పచ్చడి ఇంకాస్త ఎక్కువ నంచుకుని తింటున్నాడు. గది ముందు నిలబడ్డ శ్రీ వాళ్ళ అమ్మ నవ్వుకుంటూ తలుపు కొట్టింది.

తలుపు కొట్టిన శబ్దం వినపడగానే శ్రీ అనుకుని తలుపు తీసింది లావణ్య. ఎదురుగా అత్త ని చూసి, టవల్ లో ఉన్న తనని చూసుకుని, అత్తమ్మ! సారీ అది నాకు శారీ అంత బాగా కట్టడం

రాదు అంది లావణ్య. నిన్ను పొద్దునే శారీ ఎవరు కట్టుకోమన్నారు అంది ఆమె. అంటే నాకు కట్టుకోవాలి అనిపించింది, శ్రీ హెల్ప్ చేస్తా అన్నాడు, కానీ బైటకి వెళ్ళిపోయాడు అంది లావణ్య.

వాడు ఆకలికి ఎక్కువ సేపు ఉండలేదు అమ్మ. ఐనా వాడు ఏమైనా చీర కట్టడం లో ఎక్స్‌పర్టా, నేను కడతా పద అని లోపలికి తీసుకెళ్ళి పది నిమిషాల్లో చీర కట్టి తీసుకువచ్చింది లావణ్య ని. కానీ అప్పటికే తినేసి బైటకి వెళ్ళిపోయాడు శ్రీ.

శ్రీ ఎక్కడ అని అడిగింది శ్రీ వాళ్ళ అమ్మ, వాళ్ళ నాన్నని. కాలేజీ లో మీట్ ఉంది అన్నాడు కదా నిన్న, లేట్ అవుతోంది అని వెళ్ళాడు అని చెప్పారు ఆయన.

అదేంటి లావణ్య ని తీసుకు వెళ్తా అన్నాడు కదా, మళ్ళా ఏమైంది ఒక్కడు వెళ్ళాడు అంది శ్రీ వాళ్ళ అమ్మ. ఏమో లేట్ అవుతోంది అని వెళ్ళాడు అన్నాడు ఆయన.

అవునా అనుకుని లావణ్య వైపు చూసింది. లావణ్య కొంచెం డల్ అయింది. నేనే ఎక్కువ చేసినా, శ్రీ అవైడ్ చేస్తే ఎందుకు తట్టుకోలేకున్నా, శ్రీ ని ఇష్టపడుతున్నానా అని మనసులో అనుకుంది.

లావణ్య బాధ పడుతోంది అనుకుంది శ్రీ వాళ్ళ అమ్మ. వాడికి లేట్ వెళ్ళడం ఇష్టం ఉండదు అమ్మ, అందుకు వెళ్ళిపోయి ఉంటాడు. ఏమి అనుకోకు అమ్మా, టిఫిన్ చేయి అంది ఆమె. దానికి ఆకలి లేదు అంది లావణ్య. ఓయ్ ఆకలి లేదు అంటావు, అని తన చేతితో తినిపించింది శ్రీ వాళ్ళ అమ్మ.

అప్పుడే వీధిలోకి కార్ వచ్చింది, ఎవరా అని చూడడానికి శ్రీ వాళ్ళ అమ్మ తో పాటు లావణ్య కూడా వెళ్ళింది.

ఇప్పుడు శ్రీ ఇంకా లావణ్య చదివిన కాలేజీ లోనే చదువుతోంది వాళ్ళ ఒక చెల్లి మీరా డిగ్రీ. శ్రీజ మాత్రం పట్టుబట్టి హైదరాబాద్ లో ఎక్కువ ఫీజు కట్టించుకుని మరి ఇంజనీరింగ్ లో జాయిన్ అయింది. ఎందుకో ఎవరితో మాట్లాడాలి అనిపించడం లేదు శ్రీజ కి. అందరికి దూరం ఉండాలి అనుకుంటోంది.

మీరా ఒక సీనియర్ ని తీసుకుని కార్ లో వచ్చింది. మీరా తో వచ్చింది సౌమ్య, లావణ్య కి సీనియర్ మరియు శ్రీ కి జూనియర్. లావణ్య ని తీసుకురమ్మని సౌమ్య, మీరా లని పంపాడు శ్రీ. లావణ్య కి కాల్ చేసి చెప్పాడు వాళ్ళతో వచ్చేయ్ అని, బెట్టు చేద్దాం అనుకుంది లావణ్య. కానీ ఆ అవకాశం ఇవ్వలేదు శ్రీ, చెప్పి వెంటనే ఫోన్ కట్ చేసి ప్రిన్సిపాల్ తో ఏర్పాట్లు కోసం మాట్లాడుతున్నాడు.

హమ్మొ సార్ మూడ్ ఎప్పుడు ఎలా ఉంటుంది చూసుకోవాలి అనుకుంది లావణ్య. ఈలోగా మీరా సారీ అక్క ఆ రోజు మేము ఓవర్ చేసాం అంది. దానికి బదులుగా నా ప్రవర్తన బాలేదు, నన్నే మీరు క్షమించాలి అంది. బావ మీద అమితమైన ప్రేమే కదా నిన్ను అలా చేసింది,మేము అర్థం చేసుకున్నాం లే, ఎంత మందికి దొరుకుతుంది భర్త కి కావలసింది అడగకుండా ఇచ్చే భార్య అంది మీరా.

అసలు ఏం జరిగింది అంది సౌమ్య. అది మేము వీళ్ల ఫస్ట్ నైట్ రోజు కొంచెం అల్లరి చేసాం అక్క అంది మీరా. అందరు అక్కలేనా అంది లావణ్య. సీనియర్స్ ని అక్కలు అనే పిలుస్తాం కదా అక్క అంది మీరా. తాను నాకు సీనియర్, ఇప్పుడు నా కాలేజీ లో చదవడం లేదు, హైదరాబాద్ లో జాబ్ చేస్తోంది, ఇంకా పెళ్లి చేసుకోలేదు, శ్రీ కంపెనీ లోనే తన జాబ్ అంది మీరా.

ఏంటి లావణ్య పొసెసివ్ అయ్యావా అంది సౌమ్య. ఏదో అలా అంది లావణ్య. ఎందుకు ఇలా అవుతున్నా అనుకుంది మనసులో లావణ్య. అక్క కి బావ అంటే చాలా ప్రాణం అంది మీరా. అవును తెలుస్తోంది, శ్రీ చాలా అదృష్టవంతుడు. భర్త ని ప్రేమించే భార్యలు తక్కువే ఈరోజుల్లో, పెళ్లి చేసుకోవాలి కాబట్టి చేసుకునే వాళ్లే ఎక్కువ అంది సౌమ్య. లావణ్య ఒక్కసారిగా సైలెంట్ అయిపోయింది, ఏం మాట్లాడలేదు.

వాళ్ళు ముగ్గురు కాలేజీ కి వెళ్లారు. అక్కడ లావణ్య జూనియర్స్ సీనియర్స్ దాదాపు పదకొండు బ్యాచులు వచ్చారు, శ్రీ అందర్నీ పలకరిస్తున్నాడు. విచిత్రం ఏంటి అంటే శ్రీ కాలేజీ వదిలిన తర్వాత జాయిన్ ఐనా వాళ్ళకు చాలా మందికి శ్రీ తెలుసు. ఇంకా అక్కడ ఉన్న చాలా మంది శ్రీ ని అదే పనిగా చూడడం లావణ్య కి నచ్చడం లేదు. అప్పుడు లావణ్య మనసులో మన రేంజ్ కి మనమే బాలు కోసం శ్రీ ని మోసం చేస్తున్నాం కదా, శ్రీ చేయడా ఇంత ఫాలోయింగ్ పెట్టుకుని అనుకుంది. ఐనా మళ్ళా ఇది లవ్ అంతే, మోసం కాదు. వాళ్లంతా అట్రాక్షన్ అందుకే శ్రీ అలా చేయడులే అనుకుంది. కానీ శ్రీ కి కూడా అలాంటి ప్రేమలు కూడా ఉంటాయి అనే ఊహ కూడా ఆమెకి నచ్చడం లేదు.

అందరికి పరిచయం చేసాడు శ్రీ లావణ్య ని. శ్రీ కి అక్కడ స్టాఫ్, స్టూడెంట్స్ అంతా అభినందనలు తెలిపారు. లావణ్యని తన బ్యాచ్ వాళ్ళు అందులో తన క్లాస్ వాళ్ళు తప్ప పెద్ద ఎవరు గుర్తు పట్టలేదు. నిజానికి తానెవరో పెద్ద ఎవరికీ తెలేదు. ప్రిన్సిపాల్ చాలా బాగా మాట్లాడాడు శ్రీ, లావణ్యతో. అక్కడే భోజనం చేసి ఇంటికి వచ్చారు లావణ్య, శ్రీ.

ఇంటికి వచ్చాక ఆ ముచ్చట్లు అమ్మ నాన్న కి కాసేపు చెప్పాడు శ్రీ. లావణ్య ఇంక బోర్ కొడుతోంది విని విని, వెళ్లి పడుకుంటా అని కాసేపు పడుకుంది. శ్రీ కూడా వచ్చి లావణ్య ని తన భుజం మీద పడుకోపెట్టుకుని నిద్రపోయాడు కాసేపు, కానీ త్వరగానే లేచాడు.

ఆ తర్వాత రోజు వాళ్ళు హైదరాబాద్ ప్రయాణం అవుతూ ఉన్నారు. ఇద్దరు కలిసి ట్రైన్ లో స్టార్ట్ అయ్యారు, AC కూపే బుక్ చేసాడు శ్రీ. అసలే చలి కావడంతో శ్రీ ని హత్తుకుని పడుకుంది, ఆ రోజు వాళ్ళకి ఇంకో మధురానుభూతి మిగిలింది.

పొద్దునే దిగాక ఓయో రూమ్ బుక్ చేసాడు శ్రీ. ఇద్దరు ఓయో లో దిగి టిఫిన్ తిని ఇళ్ల వేట మొదలు పెట్టారు. ఇద్దరికీ నచ్చిన ఒక ఇంటికి రెంట్ పే చేసి తర్వాత రోజు ఆ ఇంట్లో దిగారు శ్రీ, లావణ్య.

లావణ్య ని జాబ్ చేస్తావా అని అడిగాడు శ్రీ. కొద్ది రోజులు కోర్స్ కంప్లీట్ చేసి అప్పుడు వెతుకుతా అంది లావణ్య. సరే నీ ఇష్టం, మనకు కావలసినపుడు దొరక్క పోవచ్చు. బహుశా బాలు కి జాబ్ చేసే ఉద్దేశం లేక పోవచ్చు, నువ్వు తన దారిలో వెళ్ళాం అనుకుంటున్నావా ?అయితే నీ ఇష్టం కానీ, జాబ్ చేద్దాం అనే ఉద్దేశం ఉంటే మాత్రం ట్రయిల్ చేస్తూ కోర్స్ కంప్లీట్ చేయి అన్నాడు శ్రీ.

సరే ఆలోచించి చెప్తా అంది లావణ్య.

శనివారం వచ్చింది. లావణ్య, శ్రీ ని ఫ్రెండ్స్ అందరు మ్యారేజ్ అయింది అని పార్టీ అడుగుతున్నారు అంది.

సరే ఒక మంచి రెస్టారెంట్ కి తీసుకెళ్లి ఇచ్చేయి అన్నాడు శ్రీ. అలా కాదు శ్రీ, వాళ్ళు ఆల్కహాల్ పార్టీ అడుగుతున్నారు. పైగా ఇవాళ సాటర్డే కదా అంది లావణ్య.

అయితే అన్నాడు శ్రీ. పబ్ లో ఇస్తా పార్టీ అని ప్రామిస్ చేశా అంది లావణ్య. అవునా అన్నాడు శ్రీ.

ప్లీజ్ శ్రీ అంది లావణ్య. సరే అన్నాడు శ్రీ. ఆ రోజు అందరు ఆల్కహాల్ తాగడం మొదలు పెట్టారు. బాలు వచ్చి పార్టీ మీ పెళ్లి కోసం, మీరు తాగరా అని అడిగాడు. కానీ శ్రీ నాకు అలవాటు లేదు, మీరు తాగి ఎంత నాశనం అయినా, అందరికి ఎంత బాధ మిగిల్చినా నాకు అనవసరం. కానీ నాకు ఇష్టం లేదు అని అన్నాడు. బాలు కి కోపం వచ్చింది. శ్రీ ని చూస్తూ భయంగా కూర్చున్న లావణ్య కి గ్లాస్ ఇచ్చి తాగమన్నాడు బాలు, ఇంకా లావణ్య కూడా స్టార్ట్ చేసింది.

కొద్ది సేపటికి బాలు కి చాలా దగ్గర అవ్వడం స్టార్ట్ చేసింది లావణ్య. బాలు ఒక పక్క శ్రీ ని గమనిస్తూ, ఇంకో పక్క లావణ్యని మాట్లాడిస్తూ అదుపులో ఉంచుతున్నాడు. అప్పటికి బాలు కోపం తగ్గింది. అనవసరంగా శ్రీ తో గొడవ వద్దు అనుకున్నాడు. ఇంకా లావణ్య ప్రవర్తన బాగుండక పోవడం తో శ్రీ బిల్ పే చేసి లావణ్య ని తీసుకుని వచ్చాడు, అప్పటికే బిల్ ఇరవై వేలు అయింది.

లావణ్య ని ఇంటికి తీసుకొచ్చి బెడ్ మీద పడుకోబెట్టి తాను మాత్రం వెళ్ళి హాల్లో పడుకున్నాడు శ్రీ, కానీ శ్రీ కి నిద్ర రాలేదు. వాళ్ళ అమ్మకి కాల్ చేసి కాసేపు మాట్లాడాడు, తర్వాత నిద్ర పోయాడు.

ఆదివారం చాల లేట్ గా లేచింది లావణ్య. లావణ్య కి ఫుడ్ ప్రిపేర్ చేయడం సరిగా రాకపోవడంతో ఆర్డర్స్ పెట్టుకోవడం తప్పట్లేదు వాళ్ళకు. శ్రీ ఏమో డైలీ ఆర్డర్ అంటే కష్టం అన్నాడు. సరే నువ్వు చేయవచ్చు కదా అంది లావణ్య. తప్పకుండా, నువ్వు జాబ్ చేస్తే, నేను అదే చేస్తా. నాకు ఏమాత్రం మొహమాటం లేదు అని నవ్వుతూ అన్నాడు శ్రీ,

వద్దు, అంత పని చేయద్దు, నేనే నేర్చుకుంటా కానీ ఇవాళ నిన్న రాత్రి దెబ్బకి అసలు బాలేదు,తలపోటు, వాంతులు. ఇవాళ ఆర్డర్ పెట్టుకుందాం అంది లావణ్య.

మరి ఆరోగ్యం పాడు చేసుకుంటూ ఇవన్నీ అవసరమా బంగారం అన్నాడు శ్రీ. అసలే బాలేదు అంటే ఇప్పుడు క్లాస్ అవసరమా, కాస్త త్వరగా ఆర్డర్ పెట్టు అని అరిచింది లావణ్య.

శ్రీకి ఒక్కసారిగా కళ్ళలో నీళ్లు తిరిగాయి, వెంటనే కళ్ళు తుడుచుకుని ఫుడ్, కాఫీ ఆర్డర్ పెట్టాడు. అవి వచ్చే లోపు వాటర్ తెచ్చి లావణ్య కి ఇచ్చాడు. లావణ్య వాటర్ తాగి మళ్ళా వాంతి చేసుకుంది. ఇంక వెళ్ళి నిమ్మరసం కలిపి ఇచ్చి టాబ్లెట్ వేసాడు శ్రీ లావణ్య కి, లావణ్య వైపు కోపంగా చూసాడు శ్రీ.

ఓయ్ నువ్వు అలా కోపంగా చూడకు, నాకు రోజు ఇదేం పని కాదు. ఇలా ఎప్పుడో కానీ అవ్వదు అంది లావణ్య. శ్రీ ఏమి అనలేదు. ఆ రోజు కొద్దిగా ఫీవర్ కూడా వచ్చింది లావణ్య కి. దగ్గర ఉండి లావణ్య కి మాత్రలు ఇచ్చి జాగ్రత్తగా చూసుకున్నాడు శ్రీ. ఎంత ప్రేమ, బాధ్యత శ్రీకి, భర్త స్థానం తీసుకున్నప్పుడే ప్రేమ, బాధ్యత చూపించగలం ఏమో అనుకుంది లావణ్య, నిజానికి నా మీద ఈ టైం లో ప్రేమ చూపించడం శ్రీ కే సాధ్యం ఏమో అనుకుంది. ఇలా ప్రేమ, బాధ్యతగా ఉండలేను అనే బాలు చెప్పింది ఏమో. నేను శ్రీ కి నచ్చినట్టు ఉంటున్నానో, లేదో. ఎందుకంటే తన వ్యూ ఎంతో అసలు అనుకుంది లావణ్య, తాను మాత్రం నన్ను బాగా చూసుకుంటున్నాడు అనుకుంది మనసులో.

ఆ రోజు తర్వాత వంట చేయడం మెల్లగా నేర్చుకుంటోంది లావణ్య. ఎలాగోలా తిప్పలు పడి అవే తింటున్నాడు శ్రీ. మళ్ళా శనివారం వచ్చింది. వేరే ఫ్రెండ్ బర్త్డే పార్టీ కి వెళ్ళాలి అంది లావణ్య. ఎక్కడ అన్నాడు శ్రీ.

చేతి వేళ్ళు నలుపుతూ ఆలోచిస్తోంది లావణ్య, పబ్ లోనా అడిగాడు శ్రీ లావణ్య అవస్థ చూసి. అవును శ్రీ భయంగా చెప్పింది లావణ్య.

సరే మునుపటి లా ఓవర్ చేయను, హెల్త్ పాడు చేసుకోను అంటే తీసుకు వెళ్తా అన్నాడు శ్రీ.

అలా ఏం చేయను కానీ, బాలు వచ్చి పిక్ చేసుకుంటాడు, నువ్వు వద్దు లే అంది లావణ్య. ఎందుకు అన్నాడు శ్రీ.

అంటే నువ్వు ఏమో మాకు దూరంగా ఉంటావు, ఏది ముట్టవు. మళ్ళా నీకు కోపం ఎందుకు ఇదంతా అంది లావణ్య.

నిన్ను సేఫ్ గా చూసుకోవడం నా బాధ్యత అన్నాడు శ్రీ. ఇంతకు ముందు కూడా వెళ్ళేదాన్ని, వాళ్ళు బాగానే చూసుకుంటారు అంది లావణ్య.

ఇప్పుడు నే వస్తే నీకు వచ్చిన సమస్య ఏంటి అన్నాడు శ్రీ. నా ఫ్రెండ్స్ నువ్వు అలా దూరం ఉండడం చూసి నవ్వుతున్నారు. అసలు ఏది ముట్టవు, వాసనా పడదు, డాన్స్ ఫ్లోర్ మీదకి రావు అంది లావణ్య.

నాకు డాన్స్ రాక కాదు, ఆ పిచ్చి గంతులు వేయలేక. ఇంకా చెప్పాలి అంటే వాళ్ళు నవ్వుతున్నారు అని నా విధానం మార్చుకోలేను కదా అన్నాడు శ్రీ.

అందుకే నీకు ఇబ్బంది వద్దనే వద్దు అంటున్నా అంది లావణ్య. సరే నువ్వు ఎక్కడికి వెళ్తున్నావో మీ నాన్నకి కాల్ చేసి చెప్పు, నన్ను రావొద్దు అన్నావ్ అని కూడా నువ్వే చెప్పు అన్నాడు శ్రీ.

నాన్నకి ఎందుకు, నా మీద నమ్మకం లేదా ?సరే నేను ఎక్కడికి పోను అంటూ, అనవసరంగా పెళ్ళి చేసుకున్నా, నాకు అసలు ఫ్రీడమ్ లేకుండా పోయింది. స్త్రీ లు వెనక పడటానికి శ్రీ లాంటి వాళ్ళే కారణం అంటూ నిందించడం మొదలు పెట్టింది లావణ్య.

నాకు ఒక విషయం అర్థం కాదు. నువ్వు పబ్ కి వెళ్లకుంటే డాక్టరేట్ రాదా, నీ చదువు ఆగి పోయేలా చేసానా, జాబ్ రాకుండా చేసానా, ఒలింపిక్స్ కి కానీ ఇంకా దేనికైనా నిన్ను

వెళ్లకుండా చేసానా. అయినా నువ్వు వెళ్తా అన్న చోటు నాకు ఇష్టం లేదు కానీ, నిన్ను వెళ్లవద్దు అనటం లేదు. కేవలం నేను వస్తాను అంటున్నా అన్నాడు శ్రీ.

అదే నాకు ఇష్టం లేదు. నా మీద నమ్మకం లేదు అంది లావణ్య. నీకు నమ్మకానికి, ప్రేమకి తేడా తెలీదా, అక్కడ నీకు ఏమైనా అయితే తమరు ఒళ్ళు తెలీకుండా ఊగుతున్నారు అన్నాడు శ్రీ.

సరే మానేశా కదా అంటూ మళ్ళా ఏడుపు మొదలు పెట్టింది లావణ్య. సరే నేను రాను నువ్వే వెళ్ళు, కానీ నాకు ఎప్పటికప్పుడు లొకేషన్ ఇంకా నీ పొసిషన్ పంపుతూ ఉండు అన్నాడు శ్రీ. సరే శ్రీ థాంక్ యు అంటూ బుగ్గ మీద ముద్దు ఇచ్చి శ్రీ వైపు మళ్ళా తిరగకుండా బైటకి వెళ్ళిపోయింది లావణ్య. ఆ రోజు కూడా నైట్ పన్నెండున్నర అవుతూ ఉండగా బాలు ఇంకో ఫ్రెండ్ వచ్చి లావణ్య ని ఇంట్లో దిగబెట్టి వచ్చారు.

తర్వాత రోజు మళ్ళా మామూలే, లావణ్య కి హెల్త్ పాడవటం, శ్రీ సపర్యలు చేయడం. లావణ్య కూడా నా మీద ఎంత కేర్ ఎంత లవ్ అనుకుంటూ ఉంటుంది. లావణ్య ప్రతి శనివారం ఏదో పార్టీ అంటూ పబ్ కి వెళ్ళడం అలవాటుగా మారింది. క్లాసెస్ వెళుతుంది, జాబ్ ట్రై చేయడం లేదు, ప్రతి వారం హెల్త్ పాడు చేసుకుంటోంది, వంట కాస్త బాగానే చేస్తోంది. అన్ని రోజులు లావణ్య తో బెడ్ షేర్ చేసుకునే శ్రీకి, లావణ్య పబ్ నుంచి వచ్చిన రోజు మాత్రం హాల్లో పడుకుంటాడు. ఎందుకంటే ఆ వాసన కి శ్రీ కి వాంతి అవుతుంది.

ఇంకో వారం రోజుల్లో డిసెంబర్ 31 వస్తూ ఉండగా ఆఫీస్ పని మీద బెంగళూరు వెళ్ళాడు శ్రీ. శ్రీ కి ప్రమోషన్ వచ్చింది అక్కడ ప్రాజెక్ట్ హేండిల్ చేయడానికి జనవరి 1 దాకా అక్కడే ఉండాలి అని చెప్పింది మేనేజ్మెంట్.

శ్రీ తన స్కిల్స్ ఉపయోగించి ప్రాజెక్ట్ డెడ్ లైన్ ఇంకా మిగతా అన్ని విషయాలు మేనేజ్ చేస్తున్నాడు. ప్రాజెక్ట్ లో ఉన్న లొసుగులు అన్ని కూడా చూస్తున్నాడు, ఏమి ప్రాబ్లమ్స్ రాకుండా. మానేజ్మెంట్ అతని పనిని గుర్తించి అతనికి ఒక అవార్డు కూడా ప్రకటించింది.

31 వరకు రోజు మాట్లాడిన లావణ్య ఆ రోజు అవుట్ అఫ్ కవరేజ్ లో ఉంది. శ్రీ తనకి ఎన్ని సార్లు కాల్ చేసినా మొబైల్ పని చేయడం లేదు. అలాగే బాలు, మిగతా ఫ్రెండ్స్ ఫోన్స్ కూడా ఆఫ్ లో ఉన్నాయి. అందరు న్యూ ఇయర్ సెలబ్రేషన్స్ అని చెప్పింది లావణ్య, కానీ ఎక్కడికో చెప్పలేదు. అసలు ఏమైంది అని కంగారు వచ్చింది శ్రీ కి.

ఫ్లయిట్ లో బయలుదేరి హైదరాబాద్ కి వచ్చేశాడు. వాళ్ళు ఎప్పుడు వెళ్ళే పబ్ కి వెళ్ళాడు అక్కడ వీళ్ళంతా లేరు. అక్కడ స్టాఫ్ ని అడిగాడు వీళ్ళు ఎటు వెళ్ళారో తెలుసా అని, వాళ్ళు ఏదో రిసార్ట్ పేరు చెప్పారు.

వెంటనే ఆ రిసార్ట్ వైపు బండి పోనిచ్చాడు శ్రీ, అక్కడ వెళ్లి చూసాడు. బైట జనం న్యూ ఇయర్ సెలబ్రేషన్ అంటూ మందు తాగుతున్నారు లావణ్య ఫ్రెండ్స్ అంతా ఉన్నారు, లావణ్య, బాలు తప్ప.

వాళ్ళ కోసం వెతుకుతూ లోనికి వచ్చాడు. మెల్లగా మాటలు వినపడుతున్నాయి. బాలు, నువ్వు పరిచయం ఐనా దగ్గర నుంచి నీ బర్త్డే కి ఇలా మనం కలవటం అలవాటు అయింది కానీ ఈ సంవత్సరం కుదురుతుందో లేదో అనుకున్నా. కానీ శ్రీ బెంగళూరు వెళ్ళాడు, ఇలా కుదిరింది అంది లావణ్య.

నేను అంటే అంత ప్రేమ,ఇష్టం ఎందుకు బంగారం నీకు అన్నాడు బాలు. అదంతే రా మత్తుగా అంది లావణ్య.

సరే ఇప్పుడు ఏం చేద్దాం అంటావ్ అన్నాడు బాలు. నాకు ఆకలి వేస్తోంది,బాటిల్స్ కూడా ఖాళీ అయ్యాయి,రోడ్ మీద వెళ్లి ఫుడ్ తిందాం అంది లావణ్య.

నీ ఫుడ్ ని నువ్వు బాగా ఆరగించి, నేను తిందాం అనుకునే సరికి బైటకి పోదాం అంటావా అన్నాడు బాలు. బంగారం నేను ఎప్పుడైనా నిన్ను తినద్దు అంటానా, నీకు కావల్సినంత తిను అంది లావణ్య.

శ్రీ కి మాటలు వినపడుతున్నాయి కానీ ఏం కనబడడం లేదు. చూడకుండా ఏం డిసైడ్ అవ్వ కూడదు అనుకున్నాడు శ్రీ. అప్పుడే అక్కడ ఉన్న చిన్న స్క్రూతో కిటికీ తలుపు తీయడానికి ట్రై చేసాడు.

కానీ అది రావడం లేదు, ఏం చేయాలో తోచడం లేదు శ్రీ కి. అప్పుడు అక్కడ రిసార్ట్ లో పని చేసే ఒక బాయ్ వచ్చాడు. శ్రీ పడుతున్న అవస్థ చూసి, నువ్వు నాటైపేనా ఇక్కడ జరుగుతున్న ఘోరాలు వీడియో తీసి, ఆ జంట ని బెదిరించి డబ్బులు కొట్టేసే బ్యాచ్ నా అన్నాడు వాడు.

ఇదేదో వర్క్ అవుట్ అయ్యేటట్లు ఉంది అనుకున్నాడు శ్రీ. అవును నాకు హెల్ప్ చేస్తావా అన్నాడు శ్రీ. ఓకే పార్టనర్ అన్నాడు వాడు. తన దగ్గర ఉన్న ఇంకో స్క్రూలాంటిది తీసాడు, దాని సహాయం తో తలుపు నెమ్మదిగా తెరిచాడు ఏ శబ్దం అవ్వకుండా.

అక్కడ బాలు ని, లావణ్య ని చూసిన శ్రీ కి నోటి మాట కరువు అయింది. ఏం చేయాలి తోచలేదు.

లావణ్య, బాలు లు వివస్త్రులు గా ఉన్నారు. బాలు మీద లావణ్య కూర్చొని ఉంది. లావణ్య వెనక భాగం, జుట్టు కనపడుతున్నాయి ఏ ఆచ్ఛాదనా లేకుండా. శ్రీ మనసు కకావికలం

అయింది, వాళ్ళని వీడియో, పిక్ తీసుకున్నాడు. పక్కన ఉన్న అతను వాళ్ళ నంబర్స్ తెలుసుకుంటూ, కాల్ చేసి మనీ అడుగుదాం అన్నాడు.

శ్రీ అతన్ని కొట్టి పోలీసులకి అప్పగించాడు. అతనికి ఏం అర్థం కాలేదు. శ్రీ సైలెంట్ గా ఇంటికి వెళ్ళిపోయాడు. రెండు గంటలు పోయాక శ్రీ కి మాదాపూర్ పోలీస్ స్టేషన్ నుంచి కాల్ వచ్చింది.

అక్కడికి వెళ్ళే సరికి బాలు, లావణ్య, ఇంకో ఇద్దర్ని మాదాపూర్ పోలీసులు హై స్పీడ్, డ్రంక్ అండ్ డ్రైవ్ కేసు లో అరెస్ట్ చేసారు.

శ్రీ ఏం మాట్లాడకుండా లావణ్య కి బెయిల్ ఇచ్చి తీసుకొచ్చేశాడు. కానీ బాలు, మిగతా వాళ్ళకు ఇవ్వలేదు. లావణ్య అడిగింది బాలు కోసం. నువ్వు మాత్రం నా బాధ్యత, అతని కోసం వాళ్ళ వాళ్ళు వస్తారు లే పద అంటూ తీసుకొచ్చాడు లావణ్య ని శ్రీ.

ఇంటికి వచ్చాక సారీ, నాకే ఆకలి వేసింది, నేనే బైటకి వెళ్దాం అని అడిగా అంది లావణ్య. శ్రీ ఏం మాట్లాడలేదు. సైలెంట్ గా వెళ్ళి రూమ్ లోంచి బెడ్ షీట్ తెచ్చుకుని హాల్లో పడుకున్నాడు. ప్లీజ్ లోపల పడుకో అంది లావణ్య. నాది తప్పే ప్లీజ్, సారీ ఇంకెప్పుడూ డ్రింక్ డ్రైవ్ చేయను అంది లావణ్య.

శ్రీ చాలా సైలెంట్ గా ఉన్నాడు. తన మాటలు అన్ని విని పడుకున్నాడు. ప్రతి వారం లాగా లావణ్య ని జాగ్రత్తగా పడుకోబెట్టి దుప్పటి కప్పలేదు. లావణ్య మత్తుగా మంచం మీద పడిపోయింది.

తర్వాత రోజు లావణ్య లేచింది. తనకి బాగోకుంటే ఎంతో చక్కగా చూసుకునే శ్రీ, కనీసం పలకరించకుండా వెళ్ళిపోయాడు. అలాగే లేచింది, తలంతా పట్టేసి ఉంది, రాత్రి రెండు మూడు సార్లు వాంతులు అయ్యాయి. అవన్నీ చూసుకోలేదు శ్రీ. మొదటిసారి శ్రీ విలువ తెలుస్తోంది లావణ్య కి. ఎప్పుడు ఏం అనకుండా రోజంతా టాబ్లెట్స్ వేసి ఫీవర్ తగ్గించేవాడు శ్రీ. నిమ్మరసం ఇచ్చేవాడు, కానీ ఈసారి అసలు అలాంటి దాఖలాలు లేవు. రెడీ అయ్యి బైటకి వెళ్ళాడు. అసలు పట్టించుకోక పోవడం తో జనవరి ఫస్ట్ అంతా చాలా ఇబ్బందిగా సాగింది లావణ్య కి.

సాయంత్రం ఇంకా జ్వరం పెరిగింది. అప్పుడే వాళ్ళ అమ్మ పోరు పెడితే మిల్కీబార్ వచ్చింది. అప్పటికి ఇంకా శ్రీ ఇంటికి రాలేదు. శ్రీజ వచ్చి అక్క అవతారం చూసి బావ కి అక్క అంటే ప్రేమ లేదు అనుకుని, కాసేపు ఆనందపడింది. అప్పుడు మళ్ళా భార్యకి జ్వరం వస్తే విడిచి పోయిన బావ అంటే కోపం వచ్చింది. అలాంటి వాడిని ప్రేమించినందుకు ఫీల్ అయింది. అక్కతో కూడా అంది, నీకు జ్వరం వస్తే బావ ఎటు పోయాడు అని. లావణ్య కూడా అదే టైం

అన్నట్టు, అవును ఎప్పుడు ఇంతే అన్నట్టు ఏడుపు మొదలు పెట్టింది నాటకాలు తో. కొంతమంది టైం ని తమకి అనుకూలంగా మలచుకుని తామంత మంచివాళ్లు లేము అంటూ బిల్డప్ ఇస్తారు. అలానే చేసింది లావణ్య.

శ్రీజ కి కోపం పెరిగిపోయి వాళ్ళ అమ్మకి, పెద్దమ్మకి కాల్ చేసి చెప్పేసింది. తర్వాత ఇంటికి వచ్చాడు శ్రీ, శ్రీజ ని చూసి హాయ్ మిల్కీబార్ అని పలకరించాడు. లావణ్య తో ఏం మాట్లాడలేదు. జ్వరం వచ్చింది అక్కకి అంది శ్రీజ. అవునా, ఎలా ఉంది లావణ్య అని అడిగాడు శ్రీ.

లావణ్య అదే అదునుగా లోపలికి వెళ్ళింది, శ్రీ వెళ్లి తలుపు వేసాడు. కిటికీ వైపు వచ్చి చూడడం మొదలు పెట్టింది శ్రీజ.

లోపల లావణ్య, శ్రీ తో, అవును నేను ప్రతి వారం తాగుతున్నా, అలానే నిన్న కూడా. నువ్వు నన్ను ఏం అనలేదు కదా, కేవలం నిన్ను ఫోర్స్ చేయద్దు అన్నావ్. సరే నిన్న నాకే ఆకలి వేసింది, డ్రంక్ డ్రైవ్ లో దొరికాను, కానీ నీకు కాల్ చేయరుండా ఉండాల్సింది, అంతేనా అంది లావణ్య.

ఇదుగో ఇలాగే ఆలోచిస్తావ్ అసలు మంచి చెప్పినా. చెడు వద్దు అంటే నా స్వేచ్చ అన్నావ్. సరే నేను ఇంకా ప్రతిసారి నీతో వస్తా అంటే, ఫ్రెండ్స్ దగ్గర నా పరువు పోతుంది అన్నావ్. ఇదుగో వెళ్ళావ్, ఇలా అయింది అన్నాడు శ్రీ.

అంటే బాలు వద్దు అంటూనే వున్నాడు, నేనే వినలేదు అంది లావణ్య. అసలు బాలు పేరు ఎత్తకు, నువ్వు ఇలా అవ్వడానికి కారణం వాడే అసలు. వాడ్ని ఏం చేసినా పాపం లేదు అంటూ గట్టిగా మాట్లాడాడు శ్రీ. నేను నీ మంచి కోసం చెప్పి చెడ్డ వాడ్ని అవుతాను, అందుకే మాట్లాడం మానేస్తే ఇబ్బంది ఉండదు కదా అన్నాడు శ్రీ.

నన్ను ఏమైనా అను, బాలు ని అంటే మామూలుగా ఉండదు అంది లావణ్య.

నాకు వాడు నచ్చలేదు అన్నాడు శ్రీ. ఏంటి మా మీద అనుమానమా, మా స్నేహం మీద అనుమానమా అంది లావణ్య.

మీ మధ్యలో అసలు స్నేహమే లేదు కదే అన్నాడు శ్రీ. మాటలు తిన్నగా రాని శ్రీ అంది లావణ్య.

అవును మీరు స్నేహం అనే ముసుగులో అక్రమ సంబంధం పెట్టుకున్నారు కదా అన్నాడు శ్రీ, ఎందుకు ఆలా అంటున్నావ్ శ్రీ, మేము బెస్ట్ ఫ్రెండ్స్ అంది లావణ్య. ఇంక ఆపు ప్లీజ్, నీ లాంటి వాళ్ళ వల్ల నిజమైన స్నేహితులని అనుమానించాల్సిన పరిస్థితి అన్నాడు శ్రీ.

నీ దగ్గర ఏం ఆధారాలు ఉన్నాయ్ అని, ఇలాంటి పెద్ద నిందలు నా మీద, బాలు మీద వేస్తున్నావ్ అంది లావణ్య.

ఇంకా ఎక్కువ వాదించకు, ఇవన్నీ వదిలేయ్, నాతో ప్రశాంతంగా ఉండు, ఎందుకంటే నేను నిన్ను ప్రేమిస్తున్నా. మన పెళ్ళి ఖాయం ఐన దగ్గర్నుంచి నిన్ను ప్రేమించడం మొదలు పెట్టాను. ఇప్పుడు నువ్వు తప్పు చేస్తే నా ప్రేమ చచ్చిపోదు కదా, అందుకే నువ్వు బాలు ని వదిలేయ్, నాతో హ్యాపీ గా ఉండు ప్లీజ్ అని దండం పెట్టాడు శ్రీ.

అసలు ఏం మాట్లాడుతున్నావ్ శ్రీ, నాకు బాలు తో అటువంటి రిలేషన్ లేదు, మేము జస్ట్ ఫ్రెండ్స్ అంతే. ప్లీజ్, ఇలా మాట్లాడకు అంది లావణ్య. అసలు దొరికే వరకు ఎంత మోసం ఐనా చేయడానికి రెడీ అయినట్టు ఉన్నావ్ అన్నాడు శ్రీ.

అయ్యో అలా ఏం లేదు శ్రీ, నువ్వే పొరపడుతున్నావ్ అంది లావణ్య. శ్రీ ఫోన్ తీసి తాను తీసిన వీడియో, పిక్ చూపించాడు.

ఎవరో మా మీద ఇష్టం లేక మార్ఫ్ చేసారు అంది లావణ్య. సరిగా చూడు బంగారం, అది నా మొబైల్ కెమెరాలో నేను తీసింది అన్నాడు శ్రీ. తీక్షణంగా చూసింది లావణ్య, ఏం మాట్లాడలేకపోయింది. కిటికీ లోంచి ఆ వీడియోలో అక్క ఉన్న స్థితి చూసిన శ్రీజ కి చాల కోపం వచ్చింది. అంతకు ముందు బావని అన్న మాటలకి, తన మీద తనకి కోపం వచ్చింది. అలాగే బావ దేవుడు అనే భావన వచ్చేసింది శ్రీజ కి.

ప్లీజ్ ఇంక బాలు ని వదిలేయ్ అంటున్నాడు శ్రీ. ఇంక ఏం మాట్లాడలేదు లావణ్య, సరే నే వెళుతున్నా అని బైటకి వెళ్లబోయాడు శ్రీ. అంతే తన చేతితో శ్రీ చేయి లాగింది లావణ్య, తనకి దగ్గరగా వచ్చిన శ్రీ బుగ్గ పై ముద్దు పెట్టి, థాంక్స్ చెప్పి, ఒక వారం రోజులు పుట్టింటికి వెళ్తా అంది లావణ్య.

అక్క చేసిన పనికి నోటి మాట రాలేదు శ్రీజ కి, ఇప్పుడు ఇంటికి ఎందుకు అనుకుంది శ్రీజ.

లావణ్య పుట్టింటికి బయలుదేరింది. శ్రీజ కాలేజీ కి వెళ్ళింది. ఏమైనా అవసరం అయితే కాల్ చేయి బావ అని చెప్పింది. సరే మిల్క్‌బార్ అన్నాడు శ్రీ.

అలా మూడు రోజులు గడిచాయి. ఒకరోజు శ్రీ మిల్కీబార్ కి కాల్ చేసి, నేను అంత చెడ్డవాడినా మిల్కీబార్ అన్నాడు.

ఏమైంది బావ అంది శ్రీజ. అదే నేను భార్య కి జ్వరం వచ్చినా పట్టించుకోకుండా గాలి తిరుగుళ్ళు తిరుగుతున్నా అని నాకు విడాకులు నోటీసు పంపారు పరస్పర వివాహ రద్దు కోసం. నేను కాల్ చేసి అడిగితే అత్తయ్య, మీ అమ్మ, నువ్వు కూడా చెప్పావు అన్నారు.

బావా! నాకు తెలీదు, నువ్వు వచ్చేసరికి అక్క అలాగే చెప్పింది. నేను కూడా అమ్మ వాళ్ళకి అదే చెప్పాను. అక్క తో నువ్వు మాట్లాడిన మాటలు విన్నాను, అప్పుడే అక్క మార్చి చెప్పింది అని అర్థం ఐంది. కానీ తర్వాత నువ్వు అక్కతో బాగా మాట్లాడావు, క్షమించావ్. అక్క నీకు ముద్దు పెట్టింది,ఇంకా సెట్ అనుకుని మ్యాటర్ వదిలేసా. అక్క ఇంటికి వెళ్ళి ఇంత చేస్తుందా. ఉండు, నేను ఇంటికి వెళ్ళి అందరితో నిజం చెప్తాను అంది శ్రీజ.

వద్దులే, అసలు లావణ్య కి ఏం కావాలో నేను ఇంటికి వెళ్ళి తెల్సుకుంటా, తన మనసులో ఏముంది అని. అప్పుడు ఇంక తాను ఎలా అంటే అలా అన్నాడు శ్రీ.

సరే బావ, అంది శ్రీజ. అసలు మా అక్క ఎందుకు ఇలా చేస్తోంది అని అనుకుంది శ్రీజ మనసులో. ఇన్ని చెడ్డ అలవాట్లు హైదరాబాద్ వెళ్ళాక నేర్చుకుంది,అసలు అలా ఎలా మారిపోయింది అని బాధపడింది శ్రీజ.

శ్రీ లావణ్య వాళ్ళ ఇంటికి వెళ్ళాడు. అందరు శ్రీ ని తిట్టారు. శ్రీ ఒక్క పది నిముషాలు లావణ్య తో మాట్లాడతా అన్నాడు. అప్పుడే శ్రీజ కూడా ఇంటికి వచ్చింది. లావణ్య కూడా శ్రీ తో మాట్లాడతా అంది. ఇద్దరిని గదిలోకి పంపారు.

నీకు ఏం కావాలి లావణ్య అన్నాడు శ్రీ. నేను, బాలు రెండు సంవత్సరాలు నుంచి ప్రేమించుకుంటున్నాం. కానీ అది ప్రేమ కాదు, కలిసి ఉంటాం, కలిసి అన్ని షేర్, కానీ ఒకరి బాధ్యత ఒకరిది కాదు. కొంత కాలానికి ఇద్దరికి వేరే వాళ్ళు నచ్చవచ్చు, అప్పుడు విడిపోవచ్చు. కానీ నాకు ఎవరు నచ్చలేదు, బాలు కి వేరే వాళ్ళు నచ్చినా నాతో కంటిన్యూ చేయమన్నా. ఈలోపు పెళ్లి సంబంధాలు అంటే ఇంట్లో, నువ్వు నాకు కాలేజీ క్రష్ అని బాలు కి చెప్పాను.

తాను కూడా నిన్ను పెళ్లి చేసుకో, నాతో బంధం కొనసాగించు అన్నాడు. నాకు అదే నచ్చింది. కొన్ని సార్లు బాలు వద్దన్నా కూడా, నాకు వదలడం ఇష్టం ఉండేది కాదు. నువ్వు చూపే ప్రేమ, కేర్ నాకు నీ మీద కూడా ప్రేమ తెచ్చాయి. అందుకే నీకు నచ్చినట్టు మారేదాన్ని, కానీ బాలు మీద మాత్రం ప్రేమ పదిలం. తాను ఎప్పుడు విడిచి పోతాడో తెలీదు, అందుకే తనతో గడిపే ప్రతి క్షణం అమూల్యం అనుకునేదాన్ని. అలా నీకు దొరికేసా అంది లావణ్య.

అలాంటప్పుడు వాడితోనే ఉండాలి లేదా సింగల్ గా ఐనా ఉండాలి కానీ, నా మీద మీ యుద్ధాలు ఎందుకు అన్నాడు శ్రీ. ఏమో తెలీదు శ్రీ అంది లావణ్య.

సరే ఒక పని చేద్దాం. నీ బాలు గతం అంతా నేను వదిలేస్తా, నీకు ఇంకో అవకాశం ఇస్తా, నువ్వు మారాలి. నిన్ను నేను నమ్ముతున్నా, ప్లీజ్ బాలు ని వదిలేయ్ అన్నాడు శ్రీ.

వదలలేను ఏమో అంది లావణ్య..అంటే అన్నాడు శ్రీ. అంత ఇష్టం నాకు వాడంటే, అందుకే వదలను ఏమో అంది లావణ్య.

ఇప్పుడు ఏమంటావ్ అన్నాడు శ్రీ. నాకు వాడు కావాలి, నిన్ను మోసం చేశాను క్షమించు, విడాకులు ఇప్పించు అంది లావణ్య.

నా జీవితం అన్నాడు శ్రీ. అవును నీ జీవితం పాడు చేశాను కానీ ఇంకా మోసం చేయలేను అంది లావణ్య. సరే అని బైటకి వచ్చి, లావణ్య తండ్రిని పక్కకి తీసుకెళ్లి నిజం చెప్పాడు శ్రీ. అది శ్రీజ చూసింది. ఆయన ఇంకా కూతురు చేసింది బైటకి చెప్పలేక అందరికి నచ్చచెప్పి విడాకులు ఇప్పించాడు.

శ్రీజ ఇంక ఆలస్యం చేయకూడదు అని హైదరాబాద్ వచ్చి, శ్రీ కి తన ప్రేమ, చిన్నప్పటి సంగతులు అన్ని చెప్పింది. కానీ శ్రీ మళ్ళా ఆ ఇంటికి అల్లుడిని కాను అని, ఐనా తన మనసులో లావణ్య మాత్రమే ఉంది అని, ఇంకో పెళ్లి వద్దు అని, ప్రేమ ఇష్టం లేదు అని ఏవేవో మాట్లాడాడు.(ఇక్కడితో జై కి శ్రీ తన పెళ్లి విడాకుల కథ చెప్పడం ముగిసింది)

అది జై, జరిగింది అని ముగించాడు శ్రీ. అవునా అన్నాడు జై. సుమిత్ర మాత్రం రాజ్ నాకు పబ్ లు, ఆల్కహాల్ లాంటివి ఉన్నా, ఇలాంటి ఫ్రెండ్స్ విత్ బెనిఫిట్స్ లాంటివి లేవు. ఇవి కూడా కచ్చితంగా మానేస్తాను అంది. అన్నయ్య, నువ్వు చాలా గ్రేట్ అంటూ శ్రీ ని పట్టుకు ఏడ్చింది సుమిత్ర. అంత ఎమోషనల్ అవ్వకు దేవి అన్నాడు జై.

నువ్వు అలాంటి దానివి కాదు అని నాకు తెలుసు. ఎందుకంటే అలా అయి ఉంటే, నిన్ను నేను కాపాడాల్సిన అవసరం లేదు కదా అన్నాడు జై. జై, నువ్వు చాలా అదృష్టవంతుడివి రా అన్నాడు శ్రీ.

బావా! నేను ఇక్కడికి వచ్చిన విషయం ఏమిటి అంటే, నువ్వు శ్రీజ ని పెళ్లి చేసుకోవాలి. అదే మిల్క్‌బార్ ని,లేదంటే చూడు మనకు పెద్దగొడవలే.

అవును అన్ను చేసుకోవాల్సిందే అంది సుమిత్ర.

ఆ ఇంట్లో అంత గొడవ అయ్యి, మళ్ళా ఆ ఇంటికి కష్టం అన్నాడు శ్రీ. అవునా సరే, అయితే అందరికి చెప్తాము జరిగిన విషయం ఒకే నా అంది సుమిత్ర.

అలా చేయడం నాకు ఇష్టం లేదు అన్నాడు శ్రీ. నీకో విషయం తెలుసా బావా, మా అక్క అదే శ్రీజ నిన్ను తప్ప వేరే వాళ్ళని చేసుకోను అని సవాలు చేసి తాను తినడం లేదు, ఇంట్లో ఎవర్ని తిననివ్వడం లేదు. ఇల్లు మొత్తం నువ్వు ఇచ్చిన మిల్కీబార్ చాక్లెట్ రేపర్ తో నింపేసింది మరి అన్నాడు జై.

ఏం మాట్లాడుతున్నావ్ రా అన్నాడు శ్రీ. నిజం బావ అసలు ఇంట్లో అది చేసిన హడావిడి అంతా ఇంతా కాదు. అయితే నాకు శ్రీ బావ తో పెళ్ళి చేయండి లేదా సైలెంట్ గా కూర్చోండి అన్నట్టు మాకు వార్నింగ్ ఇచ్చింది. ఇంక చేసేది లేక దాన్ని ఊరుకోబెట్టి, ఇంట్లో వాళ్ళని ఒక నెల టైం అడిగి నేను ఇక్కడికి వచ్చాను అన్నాడు జై.

అలా కాదు రా నాకు ఇష్టం లేదు, నన్ను ఒక వారం ఆలోచించుకోనీ అన్నాడు శ్రీ. సరే బావ, ఆ వారం మేము ఇక్కడే ఉంటాము అన్నాడు జై.

సరే ఉండండి, కానీ తుంటరి వేషాలు వెయ్యొద్దు అన్నాడు శ్రీ. అలాగే వేయము అన్నాడు జై.

శ్రీజ కి ఫోన్ చేసాడు జై. ఏరా బావ ఒప్పుకున్నాడా అని అడిగింది శ్రీజ. ఇంకా ఒప్పుకోలేదు కానీ జరిగిన కథ అంతా చెప్పాడు. పెదనాన్నకి కూడా తెలుసుట కదా అక్క గురించి అన్నాడు జై.

అవును నాకు తెలుసు కదా, ఇంతకీ బావ ఏమన్నాడు అంది శ్రీజ. ఒక వారం టైం అడిగాడు అన్నాడు జై. సరే అయితే ఇచ్చేదాంలే, రేపటినుంచి వెళ్ళి గుళ్ళో పూజలు చేస్తాను అంది శ్రీజ. సరే అలాగే చేయి అన్నాడు జై.

జై దగ్గరికి వచ్చింది సుమిత్ర, ఏంటో దేవి గారు ఇలా వేంచేసి యున్నారు అంటూ రాచరిక భాషలో అడిగాడు జై.

అంటే రాజా వారు ఏం చేస్తున్నారో చూద్దాం అని అంది సుమిత్ర. అమ్మో దేవి, నీకు రాచరిక భాష కూడా బాగానే వచ్చే అన్నాడు జై. చాలా బాగా వచ్చు అంది సుమిత్ర. సరే ఏం కావాలి శెలవు ఇయ్యండి దేవి అన్నాడు జై. అంటే గుడికి వెళ్దామా అంది సుమిత్ర. వెళ్దం కానీ నీకు గుడికి వెళ్ళే అలవాటు ఉందా అన్నాడు జై.

లేదు కానీ అన్న కోసం వెళ్ళాలి అనిపిస్తోంది అంది సుమిత్ర. అవునా సరే వెళ్దాం, థాంక్ యు సో మచ్ అంటూ గట్టిగా కౌగిలిలో బంధించాడు దేవిని. దేవి కి ఒళ్ళంతా ఏదో అయినట్టు ఉంది, జై జుట్టు లోనికి వేళ్ళు పోనిచ్చి ముద్దు పెడదాం అని ముఖం ని దగ్గరకు లాగింది.

జై కూడా దగ్గరికి వెళ్ళాడు సుమిత్ర ముద్దు పెట్టడానికి అనుకూలంగా, అప్పుడే సుమిత్ర కి అను గుర్తు వచ్చింది. వెంటనే జై ని వెనక్కి తోసి వెళ్ళిపోయింది అక్కడ నుంచి.

జై నవ్వుకున్నాడు,ఇంకా ప్రపోజ్ చేయకుండా ముద్దు అంటే సిగ్గు పడింది అనుకుంటా. ఐనా తాను ప్రేమిస్తోంది అని తెలుసుకున్నాడు. కొన్ని సార్లు మనం చూపించే భావాలూ ఎదుటి వారిలో ప్రేమ కలుగజేస్తాయి మరి. అందుకే ప్రేమ ఉన్నప్పుడు మాత్రమే చూపించాలి, లేనప్పుడు చూపించకూడదు, చూపించి లేదు అనకూడదు. దాని వల్ల అన్ని అనర్థాలు అనుకున్నాడు జై.

ఏది ఏమైనా దేవి కి గుళ్ళో తన ప్రేమ విషయం చెప్పాలి అనుకున్నాడు జై.

జై సుమిత్ర కోసం ఒక లంగా ఓణి ఆర్డర్ చేసాడు, అది రెండు గంటల్లో వచ్చింది. ఈలోపు సుమిత్ర స్నానం చేసింది కానీ, ఏం డ్రెస్ వేయాలి తెలీలేదు. తన దగ్గర రెండే డ్రెస్ లు ఉన్నాయ్. ఒకటి సగం చిరిగిన వెల్వెట్ కలర్ టాప్ ఓన్లీ డ్రెస్.అది వేస్తే గుడికి అసలు బాగోదు, పైగా చినిగింది. ఇంకొకటి ఏమో రాజ్ కొన్న పంజాబీ డ్రెస్, అప్పుడు ఏమో వేసుకుంది కానీ ఇప్పటిదాకా దాంతో ఉండి మాసిపోయింది. పొద్దునే ఒక నైట్ డ్రెస్ ఇచ్చాడు తనది రాజ్ ఇవాళ వేసుకోమని, ఇంక గుడికి అదే దిక్కు అని వేసుకుంది.

దేవి దేవి అంటూ డోర్ కొట్టాడు జై, డోర్ ఓపెన్ చేసింది సుమిత్ర. ఏంటి రాజ్ అని అడిగింది. తన చేతిలో ఉన్న లంగా ఓణి ఆమె చేతిలో పెట్టాడు.

అది చూసిన ఆమెకి, లంగా ఓణి అమ్మే వేసేది అత్త పుట్టిన రోజుకి అని, తనకి వేసుకోవడం రాదు అని, ఇంకా తాను చేసిన పనులు అన్ని గుర్తు వచ్చి ఏడుపు వచ్చింది.

అప్పుడు దేవి ఏమైంది అన్నాడు జై. అది కాదు రాజ్, నాకు లంగా ఓణి వేసుకోవడం రాదు అంది సుమిత్ర.

అవునా, అక్కడ పిక్ ఉంది చూసి వేసుకో అన్నాడు జై ఆ మెటీరియల్ మీద మోడల్ పిక్ చూపించి. సరే అంటూ వేసుకోవడం మొదలు పెట్టింది సుమిత్ర. బాగానే వేసుకుంది కానీ ఓణి కుచ్చిళ్ళు పెట్టడం అసలు వల్ల కావడం లేదు సుమిత్ర కి, పైట వేయడం కుదరడం లేదు.

అప్పుడు ఇంక ఎం చేయాలో తెలిక రాజ్ రాజ్ అంటూ పిలిచింది.

ఏంటి దేవి అని వచ్చాడు జై, లంగా జాకెట్ వేసుకుని ఉంది సుమిత్ర, కుచ్చిళ్లు పెట్టి పైట వెయ్యాలి కానీ ఆమెకి రాలేదు, తక్కున లోపలికి లాగి జై ని గడియ పెట్టింది సుమిత్ర.

సుమిత్ర ని పైనుంచి కింద దాక చూసాడు జై. ఏమా లావణ్య స్వరూపం అన్నాడు. అబ్బో ఏంటి అందాన్ని వర్ణిస్తూ కవిత చెప్తారా రాజావారు అని అడిగింది సుమిత్ర. మీ కోరిక కాదంటానా దేవి అంటూ మొదలు పెట్టాడు జై.

వంపు సొంపుల వీణ లాంటి తనువు

కలువ రేకుల వంటి కన్నులు

ముత్యాల వంటి మాటలు

వజ్ర వైఢూర్యాలు కంటే విలువైన అందాలు

చంద్రవంకని పోలిన నీ నడుము

తేనెలు కురిపించే అధరాలు

పాన్పు కంటే మెత్తటి శరీరం

జలపాత హోయలు కురిపించే నాభి

వింధ్య పర్వత శ్రేణులు లాంటి ఎదల సవ్వడులు

కారా మగమహారాజులు అంతా నీ సొగసుకి భక్తులు.

అది విన్న సుమిత్ర సిగ్గు తో రెండు కళ్ళు మూసుకుంది. ఏంటి మాడం ఫ్రీ షో చూపించడానికి పిలిచారా అని అడిగాడు జై.

అది చూసి, అది కాదు జై, నాకు ఈ ఓణి వేసుకోవడం ఎంత కష్టపడ్డా రావడం లేదు అంది సుమిత్ర.

సరే ఏం చేద్దాం ఇప్పుడు, నార్మల్ డ్రెస్ ఆర్డర్ పెట్టనా అన్నాడు జై.

అయ్యో రాజ్, ఈ బ్లూ కలర్ లంగా ఓణి నాకు పిచ్చ పిచ్చ గా నచ్చింది, పైగా నువ్వు మొదటిసారి ఇచ్చావు వేసుకోకుంటే ఎలా అంది సుమిత్ర.

సరే ఉండు, పక్క ఇంట్లో ఎవరైనా ఉంటే హెల్ప్ అడుగుతా అన్నాడు జై. బాబు రాజ్, ఆ హెల్ప్ ఏదో తమరే చేయచ్చు అంది సుమిత్ర.

అవునా నిజామా అన్నాడు జై. అవును బావా, అంది సుమిత్ర. బావనా అన్నాడు జై.

హో! నువ్వు ఇచ్చిన పాత్రలో ఉన్నా కదా మరి, మరదలకి కుచ్చిళ్లు పెట్టడానికి సహాయం చేయవా బావ అంది సుమిత్ర గారంగా.

అబ్బా దేవి! నువ్వు వయ్యారాలు పోకే, నాకు ఒళ్లంతా ఏదో ఏదో అవుతోంది అన్నాడు జై.

మరి వచ్చి సహాయం చేయి బావా అంది సుమిత్ర. అవునా అంటూ ఓణి చేతిలోకి తీసుకున్నాడు జై. సన్నటి శరీరానికి పైన ఉన్న లంగా మీద ఓణి పెట్టి నాలుగు కుచ్చిళ్లు విడదీశాడు, జాగ్రత్తగా వాటిని మడతలాగా పెట్టి సుమిత్ర చేతికి ఇచ్చాడు. అబ్బో మహానుభావా అది పెట్టడం వస్తే, నిన్ను ఎందుకు సహాయం అడుగుతా అంది సుమిత్ర.

అంటే ఇప్పుడు నేనే పెట్టాలా దేవి అన్నాడు జై. అంతే కదా, బావ పాత్ర తీసుకున్నావు కదా తప్పుదు అంది సుమిత్ర.

అప్పుడు ఇంకా జాగ్రత్తగా కుచ్చిళ్లను సుమిత్ర నాభిని తాకుతూ కొంచెం కిందకి దోపాడు జై. అలా చేయి అక్కడే పెట్టి రెండు నిముషాలు ఉండిపోయాడు జై. ఆ స్పర్శ కి అలాగే మాట్లాడకుండా తన్మయత్వంతో కళ్లు మూసుకుని అనుభూతి పొందుతూ, బావ బంగారం ఒరేయ్ రా అంటోంది సుమిత్ర. జై వెంటనే సుమిత్ర నడుమును గట్టిగా నొక్కాడు. తెరుకున్న సుమిత్ర గట్టిగా అరిచింది. అది శ్రీ కి వినపడింది.

ఎందుకు అలా అరిచావ్, ఇప్పటిదాకా ఇంత ఓవర్ చేసావ్ అన్నాడు జై. ఏం మాట్లాడలేదు సుమిత్ర. తనకి జై ని హత్తుకుని, రాజ్ ఐ లవ్ యు అని చెప్పాలి అనిపించింది.

కానీ అను గుర్తు వచ్చి సన్నటి నీటి పొర వచ్చింది. ఒక పక్క అను ని లవ్ చేస్తూ నాతో ఇలా, రాజ్ ఇలాంటి వాడా అనుకుంది. ఐనా నేనే అవకాశం ఇచ్చాను, నాకంటే ఎవరి మీద ప్రేమ లేదు, కానీ రాజ్ అను లవ్ లో ఉన్నారు కదా. ఇంత ఈజీ గా ఒకసారి ఇద్దరితో ఉండడం అబ్బాయిలకి సాధ్యం ఏమో. నో నో కాదు, అక్కడ లావణ్య చేసిన పనికి అన్నయ్య ఎంత బాధ పడుతున్నాడు. ఒక్కోసారి అలా ఉండడం తప్పు కాదు ఏమో, అనుకోకుండా అలా జరగొచ్చు ఏమో, ఇలా పలు విధాలుగా ఆలోచిస్తోంది.

జై వెళ్లి తలుపు తీసాడు. ఏంట్రా ఏమైంది, ఆ అరుపులు ఏంటి అన్నాడు శ్రీ.

అంటే తాను లంగా ఓణి తో రెడీ ఇంది, కానీ మీద బల్లి పడింది అని అరుస్తోంది అన్నాడు జై.

అవునా సరే, తలుపులు వేసి ఉన్న రూమ్ లోకి బల్లి వచ్చింది అన్నమాట అన్నాడు శ్రీ. తలుపు తెరిచినప్పుడు వచ్చింది లే బావ అన్నాడు జై. ఈసారి వస్తే తోలు తీస్తా అని చెప్పు అన్నాడు శ్రీ. సరే బావ అన్నాడు జై.

జై, సుమిత్ర ఇద్దరు కలిసి గుడికి వెళ్లారు. దేవుడి దర్శనం చేసుకున్నారు. జంట చాలా బాగుంది అన్నారు పూజారి గారు.

బైట గుడి ఆవరణలో కూర్చొన్నారు ఇద్దరు, ఇంకా నేను దాచాలనుకోవడం లేదు దేవి అన్నాడు జై.

చెప్పు రాజ్ అంది సుమిత్ర. నేను నిన్ను ప్రేమిస్తున్నా దేవి అన్నాడు జై.

రాజ్ నాకు ఆ ఉద్దేశం లేదు అంది దేవి. ఏంటి దేవి, అంత మాట అన్నావ్, నా కళ్ళలో చూసి చెప్పు అన్నాడు జై

తాను వినాలన్న మాట రాజ్ చెప్పినా ఆనందం లేదు సుమిత్రకి, ఎలా చెప్పినా ఒకటే, నాకు నీ మీద ప్రేమ లేదు అంది సుమిత్ర.

అప్పుడు జై, ప్రేమ వచ్చేవరకూ ప్రేమని ఎంజాయ్ చేసి, ఎదుటి వాళ్లు ఎంత ప్రేమిస్తున్నారో చూసి, ప్రేమగా దగ్గరై, వాళ్ళ ప్రేమ చెప్పగానే ప్రేమ దోమ నాకు పడవు అని చెప్పే వాళ్ళు ఎక్కువ అయ్యారు ఈ మధ్య అన్నాడు జై

ఏమంటున్నావ్ జై అంది సుమిత్ర.

నీలాంటి వాళ్ళు ఎక్కువ అయ్యారు అంటున్నా అన్నాడు జై.

ముఖం చాలా కోపంగా పెట్టింది సుమిత్ర, ఆమె కళ్ళు చాలా ఎర్రబడ్డాయి, ఆ కళ్ళలో నీళ్లు వస్తున్నాయి.

ఇష్టం లేదు అని చెప్తున్నా కదా, ఎందుకు బలవంతం చేస్తున్నావ్, నీకు ఆ రాహుల్ కి తేడా ఏంటి అని అడిగింది సుమిత్ర.

అసలు నన్ను వాడితో పోలుస్తున్నావు. నిన్ను వాడు బలవంతం చేయబోయాడు, నేను నిన్ను వాడి నుండి కాపాడాను అన్నాడు జై.

మరే కాపాడి లవ్ అంటున్నావ్. నీ మనసులో కూడా ఆ ఫీలింగే ఉంది కదా. లవ్ అంటూ వాడు వచ్చాడు, నే వద్దు అని పదే పదే చెప్పాను వినలేదు వాడు. అందుకే బలవంతం చేసాడు ఏమో, ఏమో నువ్వ వింటున్నావో ఏంటి వద్దు అంటే. పైగా ఇంకా ఏ బంధం లేనట్టు బావ

మరదలు అని చెప్పావ్, అక్కడ దొరికేసావ్ కదా. మరి నువ్వు ఏం అనుకుంటున్నావో అని అంది సుమిత్ర.

అసలు అనడానికి నోరు ఎలా వస్తోంది దేవి. నీకు కొంచెం కూడా ఇంగితం లేదా ? అసలు వాడు వెధవ అని తెలుసు. నిన్ను లవ్ చేస్తున్నా అన్నాడు కానీ నీకు ఇష్టం లేదు. అయినా వాడి తోనే తిరుగుతావా, వాడు నిన్ను ఎలా చూస్తున్నాడో తెలిసినా అని అడిగాడు జై.

నేనేం కావాలని తిరగను, కానీ తిరగక తప్పదులే. ఎందుకంటే నాకు ఇక్కడ ఉన్న సర్కిల్ లో ఏ హెల్ప్ కావాలన్నా చేసేది వాడే. వాడు ఏం చేసినా లవ్ అన్నా, బలవంతం చేసినా వాడు నా స్నేహితుడు. ఆ రోజు మత్తులో చేసాడు, వాడు ఫ్రెండ్ కాబట్టి వదిలేసా కంప్లైంట్ ఇవ్వకుండా అంది సుమిత్ర.

దేవి, అసలు నువ్వు ఏం మాట్లాడుతున్నావ్ అర్థం అవుతోందా అన్నాడు జై. బాగా అర్థం అవుతోంది. ఎన్ని తప్పులు చేసినా వాడు నా ఫ్రెండ్, ఇంకా నేనే వాడికి క్లోజ్ ఉండి కొన్ని సార్లు ఆ ఫీలింగ్ కలిగించనా అన్న భావన కూడా ఉంది. అందుకే ఏమి అనలేను వాడ్ని అంది సుమిత్ర.

అవునా అబ్బా అంత ఉంది, ఇంకో సారి వాడు నీ దగ్గరికి వస్తే బాడీ లో ఏ పార్ట్ పని చేయదు, ప్రాణం మాత్రమే ఉంటుంది అన్నాడు జై. పైగా వాడికి అందరి అమ్మాయిల మీద అదే పిచ్చి ఉంది అన్నాడు జై.

అబ్బే వాడేమి రాడు కానీ, ఐనా నీకు, వాడికి కావాల్సింది నా శరీరమే కదా. వాడో రకంగా అప్రోచ్ అయ్యాడు, నువ్వో రకంగా అప్రోచ్ అవుతున్నావ్ అంతే తేడా అంది సుమిత్ర.

అవును నాకు నీ శరీరం కావాలి, దాంతో పాటు మనసు కూడా. నిజానికి నాకు నీ ప్రేమ కావాలి, అది ఎలా అంటే నాకు సంతోషం వచ్చినపుడు నీ కౌగిలిలో వాలి నా కన్నుల నుంచి వాలిన ఆనంద భాష్పాలు నీ మీద వాలాలి, నీకు ఆనందం వచ్చినపుడు నాకు చెప్తే నా కళ్ళు మెరవాలి, కష్టం వస్తే నీ ఒడిలో సేద తీరాలి, నీకు బాధ వస్తే నా గుండెల మీద నిద్రపోవాలి, అలాగే నాకు రతి చేయాలి అనిపిస్తే నువ్వు ఆనందంగా నాతో ఓడి గెలవాలి , నీకు రస క్రీడ తలంపు వస్తే అది నేను నెరవేర్చేలా ఉండాలి, నీ ముద్దల తాకిడికి నా పెదవుల్లో మంటలు పుట్టాలి, నా పెదవుల అల్లరికి నీ బుగ్గలు కందిపోవాలి. నాకు అలాంటి ప్రేమ నీ ద్వారా కావాలి అన్నాడు జై.

నాకు ఇష్టం లేదు అని చెప్తున్న కదా వినవా, నువ్వు ఏం పోయేకాలం వచ్చింది అంది సుమిత్ర.

చెప్పు కదా కావాలని, మనసుకి దగ్గరగా వచ్చి, అవతలి వాళ్ళు ప్రేమిస్తున్నారు అని తెలుసుకున్నక నాకా ఉద్దేశం లేదు, ఏదో కేర్, చొరవ అక్కడ వరకే, స్నేహం లో ప్రేమ అంతే అంటూ చెప్తున్నావా అన్నాడు జై.

అవును నా మనసులో భావన అదే అంది సుమిత్ర. ఇదుగో చూడు దేవి ప్రేమలో పలు రకాలు ఉండవు, ప్రేమిస్తే ప్రేమ అంతే. ఐనా ప్రేమ ఇంత వరకు ఒకళ్ళతో, పైన ఇంకొకళ్ళతో అంటూ ఉండదు కదా అన్నాడు. అవతల వ్యక్తికి మనసు ఉంటుంది కదా అని అన్నాడు జై.

స్టాప్ ఇట్ రాజ్, నాకు ఇష్టం లేదు అంటే ఇష్టం లేదు అంది సుమిత్ర.

మరెందుకు దేవి అంత మత్తులో ఉన్నా, వాళ్ళకి దూరంగా ఉండి నాకు ముద్దు ఇచ్చి బుగ్గ కొరికావు, అంత మంది నా స్నేహితుల ముందు నన్ను ఆరాధనగా ప్రేమగా చూసావ్, బావా అంటూ నన్ను పిలిచి నన్ను కుచ్చిళ్ళు పెట్టమన్నావ్, అది నా చేతితో పెట్టించుకున్నావ్ అన్నాడు జై.

నువ్వు హెల్ప్ చేసావ్ అని ముద్దు పెట్టాను, మీ వాళ్ళు నీ గురించి గొప్పగా చెప్తే ఆరాధనగా చూసా, నువ్వు ఇచ్చిన మరదలు క్యారెక్టర్ లో దూరి కుచ్చిళ్ళు పెట్టించుకున్నా అంది సుమిత్ర.

సరే ఇప్పుడు ఇష్టం లేదు అంతేనా అన్నాడు జై కోపంగా.

నువ్వు కోపంగా చూస్తే ఏం ఒప్పుకోను ఇక్కడ అంది సుమిత్ర.

ఏం చేస్తే ఒప్పుకుంటావు అన్నాడు జై. ఏం చేస్తావ్ ఏంటి? నీకైనా, ఆ రాహుల్ గాడి కైనా కావలసింది నా శరీరమే కదా. నీ లవర్ బోర్ కొట్టి ఉంటుంది, అందుకే దాని దగ్గర చెప్పిన లైన్సే నా దగ్గర చెప్తున్నావ్, నాతో పని అయిపోతే ఇంకో ఆమె అంతే కదా అంది సుమిత్ర.

ఇదుగో చూడు నీకు నా మీద ప్రేమ లేదు, ఇంకో సారి ప్రేమ అనే మాట నీ దగ్గర ఎత్తను. నీ కోపంతో, నీ ఫ్రెండ్ మీద ఉన్న మమకారంతో నా వ్యక్తిత్వాన్ని కించ పరచకు, నన్ను వాడితో పోల్చకు ఇక అన్నాడు జై.

సరే మంచిది పోల్చను అని కోపంగా అంది సుమిత్ర. ఇంకో విషయం దేవి వాడే కాదు, ఎవరు నీ వైపు నీకు ఇష్టం లేకుండా చూసినా వాడికి చావు రుచి చూపిస్తా, అది రాహుల్ ఐనా ఇంకెవరైనా అన్నాడు జై.

ఓయ్! ఎందుకలా అంది సుమిత్ర. దేవి నా క్యారెక్టర్ ని నువ్వు అందరితో పోల్చినా తక్కువ చేసి మాట్లాడినా సరే నేను ఉరుకుంటున్నా. ఇంకా నువ్వు నా ప్రేమని కాదు అన్నా,

అమ్మాయిలని వాడుకుని వదిలేస్తా అన్న ఎందుకు ఉరుకుంటున్న అంటే నువ్వు నా మామ కూతురివి కాబట్టి. ఇంకా చెప్పాలి అంటే నా తల్లి పోలికలతో ఉన్న ముద్దుల మరదలవి, అందుకే నీకు నా మీద ప్రేమ లేకున్నా లేదా నేను ఎంత చెడ్డవాడు అనుకున్నా నువ్వు నా బాధ్యత అంతే అన్నాడు.

ఏం మాట్లాడుతున్నావ్ రాజ్ అంది సుమిత్ర.

తన ఫోన్ లో ఒక పిక్ చూపించాడు జై, అందులో సంజన దేవి కాలేజీ ఫొటో ఉంది. అదెవరో చెప్పు అన్నాడు జై. అచ్చు నాలాగే ఉన్న నా అత్త అంది సుమిత్ర.

సరే అని చెప్పి తన చిన్నపుడు అమ్మతో ఉన్న పిక్స్, ఈ మధ్య దిగిన పిక్స్ అన్ని చూపించి, నువ్వు నా రక్త సంబంధం కాబట్టే నేను నిన్ను చూడగానే హృదయానికి దగ్గరగా ఫీల్ అయ్యాను, అలానే నువ్వు నాకు ముద్దు పెట్టావు అని అన్నాడు జై.

జైనా! అత్తయ్య బ్రతికే ఉందా, నువ్వు నా బావానా, ఎంత మంచి వార్త చెప్పావ్ బావా, అని జై ని హగ్ చేసుకోబోయింది. జై సుమిత్ర ని ఆపాడు.

దేవి! నువ్వు దగ్గరకి వస్తావు, నాకు ఫీలింగ్స్ వస్తాయి. ప్రేమ చెప్తే మళ్ళా నీకు నేను అమ్మాయిలని మోసం చేసేవాడిని. నీలా ప్రేమ లేకుండా లేదా ప్రేమని విభజించి నేను ఉండలేను, కొంచెం దూరంగా ఉండు. నువ్వు నా మరదలు వి దేవి అంతే, నిన్ను జాగ్రత్తగా చూసుకుంటాను అన్నాడు జై.

సరే బావ అయినంత మాత్రాన నా మనసులో నీ మీద ఉన్న అభిప్రాయం మాత్రం మారదు అంది సుమిత్ర.

నీ అంతట నువ్వే అభిప్రాయం తెచ్చేసుకున్నావ్, ఎందుకు వచ్చింది నాకు తెలీదు, ఇప్పుడు నిరూపించాల్సిన అవసరం కూడా లేదు నాకు. కానీ నిన్ను తప్ప ఏ అమ్మాయిని ఇంతకు ముందు ప్రేమించలేదు, అలాగే ప్రేమిస్తున్నా అని చెప్పలేదు, మా అమ్మ మీద ప్రమాణం చేసి చెప్తున్నా. ఇప్పుడు నువ్వు నా ప్రేమ ఒప్పుకోవాలి అని చెప్పలేదు. నిజం ఏంటి తెలుసుకోకుండా నన్ను రాహుల్ తో పోల్చినపుడే సగం ప్రాణం పోయింది. ఇందాక నేను అమ్మాయిల్ని వాడుకోవడానికి ప్రేమ పేరు చెప్తా అన్నపుడు గుండె నొప్పి మొదలు అయింది, అందుకే చెప్పా, ఇప్పుడు నాకే ప్రేమ వద్దు అన్నాడు జై.

ఒక్క క్షణం గుండె కంపించినట్టు అయింది సుమిత్ర కి. తాను అన్న మాటలు అన్ని గుర్తు వచ్చాయి, అసలు ఎందుకు అంది అర్ధమే కాలేదు. ఎందుకు అంత కోపమో తెలీలేదు తనకి రాజ్

పైన. ఒక్కసారిగా కుప్ప కూలింది అక్కడే. జై అటు తిరిగి చెప్తూ ఉన్నాడు ఆమెని గమనించలేదు, అప్పుడే అను గుడిలోకి వచ్చి వీళ్ళని చూసింది.

జై! దేవి పడిపోయింది అని అరిచింది అను, వెనక్కి తిరిగి చూసాడు జై. ఒక్క పక్కగా పడి ఉంది సుమిత్ర. కళ్ళలో నీళ్ళు ఉన్నాయి కానీ స్పృహ లేదు అసలు.

అప్పుడు హుటాహుటిన ఆమెని రెండు చేతులతో ఎత్తుకుని కిందకి వచ్చాడు జై. అను కి కార్ కీస్ ఇచ్చి కార్ తియ్యమన్నాడు. నాకు డ్రైవింగ్ వచ్చు కానీ పర్ ఫెక్ట్ రాదు అంది అను. మరి అలాంటప్పుడు వచ్చు వచ్చు అని ఎందుకు చెప్తావ్, రావడం అంటే మనకు అవసరం అయినపుడు చేయగల్గడం, అంతే కానీ ఊరికే వచ్చు అని చెప్పుకోవడం కాదు అని జై వాళ్ళ అమ్మ చెప్పిన మాటల్ని అను కి చెప్పి కార్ లో సుమిత్ర ని పడుకోబెట్టాడు.

అప్పుడే కొద్దిగా స్పృహ లోకి వచ్చిన సుమిత్ర ఐ యాం సారీ బావ అంటూ కూడా బలుక్కుని చెప్తోంది. అను కి సుమిత్ర ని ఇచ్చి, నువ్వు దేవితో వెనక సీట్ లో కూర్చో, ఆమెని నీ ఒళ్ళో పడుకోబెట్టు కో అని కార్ తీసి డ్రైవింగ్ స్టార్ట్ చేసాడు జై.

హాస్పిటల్ లోపలికి తీసుకుని వెళ్ళారు సుమిత్రని అను, జై కలిసి. డాక్టర్ లోపలికి తీసుకెళ్ళి టెస్ట్ చేసారు సుమిత్రని. దేవి కి ఏం కాదు కంగారుపడద్దు అంది అను. ఏం మాట్లాడలేదు జై.

కాసేపటి తర్వాత డాక్టర్ వచ్చి జై తో మాట్లాడారు. ఏమైంది డాక్టర్? అంతా ఓకే కదా, ఏమన్నా సీరియసా, స్పృహ ఎప్పుడు వస్తుంది అంటూ అడుగుతూ ఉన్నాడు జై.

కాస్త నన్ను కూడా మాట్లాడనిస్తే చెప్తాను అన్నాడు డాక్టర్. జై నువ్వు అగు ఒక్క నిమిషం, చెప్పండి డాక్టర్ అని అంది అను.

తాను అనుకోని విషయాలు వినడం కానీ చూడ కూడని విషయాలు చూడడం కానీ చేసినట్టు ఉంది, అందుకే చాలా షాక్ లోకి వెళ్ళి స్పృహ తప్పింది, బీపీ డౌన్ ఐంది తనకి అప్పుడు కొంచెం అంతే, అంతకు మించి ఏం లేదు, ఇప్పుడు ఓకే. ఒక రెండు గంటలు చూసి అంతా బాగుంటే పంపిచేస్తాం అన్నాడు డాక్టర్.

థాంక్ యు డాక్టర్ అన్నాడు జై. థాంక్స్ తర్వాత, వెళ్ళి బిల్ కట్టు చాలా హడావిడి చేసావ్ అన్నాడు డాక్టర్.

జై బిల్ కట్టడానికి వెళ్ళాడు, అను లోపలికి వెళ్ళింది. లోపలికి రాగానే ఇప్పుడు ఎలా ఉంది దేవి అని అడిగింది అను. నా పూర్తి పేరు సుమిత్ర దేవి, సంజన దేవి మేనకోడలుని, జై కి కాబోయే భార్యని అని చెప్పింది సుమిత్ర.

అదేంటి నువ్వు జై ని ప్రేమించట్లేదు అన్నావ్ అంది అను. సరే ఆ సంగతి తర్వాత చెప్తా, ఆ రోజు నువ్వు ఆడిన నాటకాలు గురించి చెప్పు అంది సుమిత్ర.

మౌనంగా ఉండిపోయింది అను.

చెప్తావా, ఈ హాస్పిటల్ లో ఇంకో బెడ్ నీకోసం రెడీ చేయించమంటావా అని అడిగింది సుమిత్ర.

అంత పని మాత్రం చేయకు, చెప్తా అంది అను.

సరే చెప్పు అంది సుమిత్ర. అంటే ఆ రోజు నువ్వు నాకు మీ బావ వైపు చూస్తే తోలు తీస్తా అని వార్నింగ్ ఇచ్చావు కదా,అప్పుడే అర్థం ఐంది నాకు, నువ్వు జై ని లవ్ చేస్తున్నావు అని.

నేను జై ని నాలుగు సంవత్సరాలుగా ప్రేమిస్తున్నా. ఎన్ని సార్లు నా ప్రేమ విషయం చెప్పినా అసలు పట్టించుకోడు. ఎవరినైనా ప్రేమిస్తున్నావా అని చాలా సార్లు అడిగాను, కానీ లేదు అనేవాడు. నేను ఇంకా ప్రయత్నిస్తూ ఉండేదాన్ని.

ఆ రోజు నీ దగ్గర ఉన్నజై లో చాలా మార్పు కనపడింది. అప్పుడే నేను అనుకున్నా మీ ప్రేమ విషయం తెలుసుకోవాలి అని, అందుకే నీతో ఉన్నజై ని పక్కకి పిలిచాను.

అంతే వాడు వచ్చాడు, నా సగం ప్లాన్ ఫలించింది. వాడిని తీసుకెళ్ళి నువ్వు దేవిని లవ్ చేస్తున్నావా అని అడిగాను. వాడు అవును అన్నాడు.

మరి నా సంగతి ఏంటి జై, నాలుగేళ్ళు గా నీ మీద హోప్స్ పెట్టుకున్నా, కలిసి డాన్స్ లు చేసాము, అందరు మనల్ని లవర్స్ అనుకుంటున్నారు, ఇంట్లో కూడా చెప్పాను జై అన్నాను. దానికి వాడు, అమ్మా! నాకు నీ మీద అటువంటి ఆసక్తి లేదు అని చాలా సార్లు చెప్పాను, ఎప్పుడు హద్దు మీరి ప్రవర్తించలేదు. నాకు తెల్సి లవర్స్ అని నువ్వు చెప్పుకున్నావ తప్ప వాళ్ళు అనుకోలేదు అనే అనుకుంటున్నా అన్నాడు.

సరే నాకో హెల్ప్ చేయి, మా ఇంట్లో వాళ్ళు అడిగితే మా ఇద్దరికి కుదరలేదు అని చెప్పు ప్లీజ్, నా పరువు తీయకు అన్నా. వాడు సరే అన్నాడు.

నీ దగ్గరకి వచ్చి మేము డాన్స్ చేసిన వీడియోస్, ఇంకా కలిసి వెళ్లిన టూర్ పిక్స్ చూపించాను. దాంతో నీకు మేము లవర్స్ అని డౌటు స్టార్ట్ ఐంది. నువ్వు జై ని లవ్ చేస్తున్నావా అని అడిగావు,

అవును అని చెప్పా. జై ప్రేమలో ఉన్నాడు అని తెల్సి, ఇంక నువ్వు మమ్మల్ని లవర్స్ అనుకున్నావు. జై ని మా పేరెంట్స్ తో మాట్లాడించేటప్పుడు రికార్డు చేసి నీకు పంపిద్దాం అనుకున్నా, కానీ ఈలోపు నువ్వు నిజం తెలుసుకున్నావు అని చెప్పింది అను.

అక్కడ ఆ రాహుల్ గాడు నేను ఫ్రెండ్ అనుకుంటే నన్ను అదోలా చూసాడు, ఇక్కడ నువ్వు వాడు నిన్ను ఫ్రెండ్ అనుకుంటే వాడి ప్రేమని వాడికి కాకుండా చేసావ్. ప్రేమ అంటే ఎదుటి వాళ్లని ఎలా ఐనా గెలవడం కాదు, వాళ్లని గెలిపించడం. వాడు నాతో ప్రేమలో ఉంటే నిన్ను ఎలా ప్రేమిస్తాడు. నిన్ను ప్రేమించిన వాడ్ని చేసుకుంటే సుఖపడతావు కానీ, బలవంతంగా ప్రేమని రాజేస్తే కాదు. నన్ను తోసేసి వాడ్ని చేసుకుంటే ఇద్దరు సుఖంగా ఉండరు, వాడికి నీ మీద ప్రేమ లేదు. నీ మీద ప్రేమ ఉన్న వాడ్ని ప్రేమించు లేదా పెళ్లి చేసుకుని భర్త ని ప్రేమించు. అంతే కానీ వేరే వాళ్లని ప్రేమించే వాళ్లని వద్దు. అమ్మాయి ప్రేమ కోరుకునే ఏ అబ్బాయి ఐనా ప్రేమించిన వాళ్లని మోసం చేయడు, అందుకే నీకు జై ప్రేమ దక్కదు. వాడు నిన్ను ఫ్రెండ్ అనుకుంటున్నాడు, కాస్త అలా ఉండడానికి ట్రై చేయి ఇకనైనా అంది దేవి.

సరే నే వెళతాను అంది అను. ఇదంతా చెప్పింది జై మరదలు దేవిగా, సుమిత్ర దేవి గా ఇంకోకటి చెప్పాలి అంది సుమిత్ర. ఏంటి అని అడిగింది అను.

దగ్గరకు రా అంది సుమిత్ర. దగ్గరకి వెళ్లింది అను, లాగి చెంప మీద కొట్టింది సుమిత్ర. ఇంకో సారి మా బావ వంక వేరే ఉద్దేశం తో చూసినా లేక ప్రేమ అంటూ వెంట పడినా, నీకు బాడీ లో పార్ట్స్ ఉంటాయి కానీ అవి ఎందుకు పనికి రావు అని అంది. అను ఏడుస్తూ వెళ్లబోయింది.

ఓయ్! ఎక్కడికి పోతున్నావ్, బావ వచ్చి అడిగితే నేనేం చెప్పాలి, పిచ్చ పిచ్చగా ఉందా నీకు, ఇక్కడే కూర్చో అని గట్టిగా కేక పెట్టింది సుమిత్ర.

ఆ అరుపుకు హడలి ఎక్కడ ఉన్నది అక్కడే ఉండిపోయింది అను.

ఇంకో ముఖ్యమైన విషయం, నువ్వు బాగా గుర్తు పెట్టుకోవాల్సిన విషయం అంది సుమిత్ర.

ఏంటో అది అంది అను.

అప్పుడు జై లోపలికి వచ్చాడు, చెప్పడం ఆపి సైలెంట్ ఐంది సుమిత్ర.

టాబ్లెట్స్ అన్నీ పక్కన పెట్టి, దేవి అంటూ ఏ టాబ్లెట్ ఎప్పుడు వాడాలో చెప్పాడు. నువ్వు ఈరోజు ఇంట్లో ఉండి చూస్కోగలవా అని అను ని అడిగాడు జై.

తాను ఒక గంటలో ఇంటికి వెళ్ళాలిట, బావ పెళ్ళి చూపులుట, అందుకే గుడికి వచ్చిందట, తక్కన చెప్పింది సుమిత్ర.

అవునా అన్నట్టు చూసాడు జై.

అవును అని చెప్పు అన్నట్టు రౌద్రంతో చూసింది సుమిత్ర. హా అవును జై, నే వెళతాను అని వెళ్ళబోయింది అను.

ఒక్క నిమిషం ఆగు అను అంది సుమిత్ర.

చెప్పు దేవి, ఏంటి విషయం అంటూ ఆగింది అను. అదే, ఇందాక నాకు చెప్పావు కదా అదే అంది సుమిత్ర.

అను గుండె వేగం పెరిగింది.

ఏం చెప్పాను దేవి అంటూ అడిగింది అను. అదే నీకు వచ్చిన పెళ్ళి సంబంధం గురించి, అబ్బాయి ఆజానుబాహుడు, ఆరడుగుల అందగాడు, ఫోటో చూడగానే నీకు బాగా నచ్చాడు, కలలో ఎన్ని సరసాలు ఆడుతున్నాడు అన్నావుగా అంది సుమిత్ర.

కంటిలో నెత్తుటి చుక్క లేదు అనుకి. ఏం మాట్లాడాలి తెలీక, అలా సైలెంట్ గా ఉండిపోయింది అను. సిగ్గు పడకు పాప అంది సుమిత్ర.

ఛాన్స్ దొరికింది అని ఆడుకుంటున్నావు కదే అనుకుంది అను. ఇంక తప్పదు అనుకుని, ఏదో అనుకోకుండా జరిగిపోయింది జై అంది అను.

మంచిదే మరి, నేను మీ ఇంట్లో మాట్లాడాలి అన్నావు అన్నాడు జై. ఇంకేమి మాటలు లేవు జై, వాళ్ళ నాన్న సంబంధం తెచ్చారుట, ఈమెకి అబ్బాయి నచ్చాడుట. ఇంక అందరు హ్యాపీ. మనం పెళ్ళికి వెళ్ళడమే అంది సుమిత్ర.

అబ్బో నాకు చెప్పకుండా అన్నీ దేవికి చెప్తున్నావ్, బాగా క్లోజ్ అయ్యారు మీరు అన్నాడు జై.

హా, మరి మాది మామూలు సంబంధం కాదు అంది సుమిత్ర. పోనిలే ఏదయినా అను పెళ్ళి కూతురు కావడం నాకు చాలా ఆనందముగా ఉంది, నాకో టెన్షన్ తప్పింది అన్నాడు జై.

అదేంటి బావా, తన పెళ్ళి నీకు టెన్షన్ ఏంటి అంది సుమిత్ర. నా క్లోజ్ ఫ్రెండ్ పెళ్ళి నాకు టెన్షనే కదా. మరి అసలే అమ్మాయి గారికి పెళ్ళి మీద ఇంటరెస్ట్ లేదు పెద్ద.

అవునా, అబ్బాయి అందం చూసి పడిపోయినట్టు ఉంది పాప అంది సుమిత్ర.

మాకు చుపించవా మరి నీ అందగాడు ముఖం అన్నాడు జై.

నా కోటి తెలిసి ఏడిస్తే నీకు చూపిస్తా అనుకుంది మనసులో అను. అది అది.. అంటూ నసిగింది.

డైరెక్ట్ గా పెళ్లి లో చూద్దాంలే బావా, వాళ్ల ఆయనకి దిష్టి తగులుతుంది అని బాధ అనుకి. పైగా ఎంత ఆయన అందంగా ఉన్నా, నీ ముందు దిగదుడుపే కదా మరి. నక్షత్రాలు ఎన్ని ఉన్నా చంద్రుని అందం ముందు తూగలేవు కదా. మళ్ళీ మా బావ అందగాడు అని నే అంటే తాను ఒప్పుకోవాలి, అందుకే వద్దు అంటోంది. అంతే కదా అను, అని అడిగింది సుమిత్ర.

అవును జై చాలా అందగాడు అంది అను. ఒక్క ఉదుటున లేచింది సుమిత్ర. కొన్ని అందాలని కొంత మంది చూడటం వరకే, మాట్లాడకూడదు అంది గట్టిగా.

ఎందుకు అలా లేచావు అన్నాడు జై.

వాష్ రూమ్ కి వెళ్ళాలి, ఓపిక లేదు, కాస్త సహాయం చెయ్ బావా అంది. సుమిత్ర ఇప్పటిదాకా అరుపులు, కేకలు పెట్టింది. ఓపిక లేదు అంటోంది, నాటకాలు అన్ని అని మనసులో అనుకుంది అను. అను నువ్వు పెళ్లి చూపులు కి వెళ్ళాలి కదా వెళ్ళు అంది సుమిత్ర. సరే బాయ్ అంటూ వెళ్ళిపోయింది అను.

జై కేసి కొంచెం బాధగా, కొంచెం ప్రేమగా, కొంచెం ఆర్తిగా, ఇంకొంచెం తీక్షణంగా చూసింది సుమిత్ర.

వెంటనే చూపు తిప్పుకున్నాడు జై, ఏమైంది బావ అని అడిగింది సుమిత్ర.

ఏం లేదు, నా దౌర్భాగ్యం ఎంటి అంటే నీ ముఖం లో కి చూస్తే నా మీద ప్రేమ కనపడుతుంది, కానీ నీకు లేదు. పైగా నేను అమ్మాయిల్ని మోసం చేసేవాడిని నీ దృష్టిలో., సరే రా నిన్ను వాష్ రూమ్ దాక తీసుకువెళ్తా అన్నాడు జై.

బావా! ఐ యాం సారీ. నీ గురించి పూర్తిగా తెలుసుకోకుండా నాకు నచ్చినట్టు అనేశాను, నన్ను క్షమించు అంది సుమిత్ర. దేవి గుళ్ళోనే కదా అన్నావు, బానే ఉన్నావు కదా అప్పుడు అన్నాడు జై.

బావా! నేను అంత దిగజారలేదు, ఐనా నేను ఆల్కహాల్ కి దూరం. నువ్వు నన్ను కాపాడిన రోజే ఆ జబ్బు పోయింది నాకు అంది సుమిత్ర.

సరే ఇపుడు ఏం అంటావు అన్నాడు జై.

బావా! నాకు నువ్వంటే చాలా ఇష్టం. బావా, నన్ను పెళ్లి చేసుకుంటావా అంది సుమిత్రా. నన్ను ఆ దిక్కుమాలిన రాహుల్ గాడితో పోల్చావు, వాడు నీ ఫ్రెండ్ అన్నావు, నేను అమ్మాయిల్ని మోసం చేసే వాడిని అన్నావు, ఇన్ని చెడ్డ లక్షణాలు ఉన్న నన్ను ఎందుకు పెళ్లి చేసుకోవడం అన్నాడు జై.

లక్షణాలు ఎలా ఉన్నా నువ్వు నా అత్త కొడుకువి. ఐనా నీ గురించి పూర్తిగా తెలుసుకోకుండా నిన్ను అన్నాను కదా బావ, ఇప్పుడు నువ్వు ప్రేమించే దాకా వదలను కదా బావ.

నాకు ఇష్టం లేదు సుమిత్ర, నీ మైండ్ ఎప్పుడు ఎలా ఉంటుందో తెలీదు కదా, ఇందాక నేను చెడ్డవాడిని, ఇప్పుడు బావని, మంచివాడిని. మళ్ళా రేపు చెడ్డవాడిని అవుతాను, అందుకే నాకు వద్దు లే సుమిత్ర.

అంటే నీకు వద్దు అంటే నాకు వద్దు అని వెళ్ళిపోతాను అనుకున్నావా, వెంటపడతా, వేధిస్తా నువ్వు మళ్ళా నా వైపు వచ్చేదాకా. ఎందుకంటే నా మీద నీకు ప్రేమ వుంది కదా అది తెలుసు, ఇంక ఎందుకు వదులుతా అంది సుమిత్ర.

ఏంటి దేవి ఇది, సరే పద, నిన్ను వాష్ రూమ్ కి తీసుకెళ్తా తర్వాత మాట్లాడదాం అన్నాడు జై.

సరే అంటూ భుజం ఇచ్చింది సుమిత్ర. సుమిత్ర చేతిని తన భుజం చుట్టూ వేసాడు జై, సుమిత్ర తన ఎదని బలంగా జై హృదయానికి తాకిస్తోంది. ఓయ్! ఏం చేస్తున్నావ్, తప్పే అన్నాడు జై. బావా! మనసు అంత నువ్వే ఉన్నావు, మరి ఇవన్నీ నీతోనే చేయాలి లేదా మనసు మలినం అయినట్టు కదా. మనసులో తప్పు చేస్తే శరీరానికి పవిత్రత ఉన్నా లేనట్టే కదా, నా మనసు నీతో సరసాలు ఆడుతోంది అంది సుమిత్ర.

నాకు చిరాకు వస్తోంది అన్నాడు జై. అవునా బావా, అంటూ బుగ్గ మీద ముద్దు పెట్టి మెడ కోరికింది. ఆ ఆ ఆ ... అంటూ అరిచాడు జై. బావా, నేను అరవాలి, నువ్వు కాదు అంది సుమిత్ర.

ఆ అల్లరి అంతా భరిస్తూ వాష్ రూమ్ డోర్ దాకా తెచ్చాడు. అయ్యో! అప్పుడే వచ్చేసిందా అంది సుమిత్ర. హా అన్నాడు జై. లోపలికి వస్తావా అంది సుమిత్ర. ఓయ్, ఓవర్ చేయకు, వెళ్లి రా అన్నాడు జై. ఇంత అందమైన అమ్మాయి పిలిస్తే నరకానికి కూడా వస్తారు, నువ్వ ఇలా చేస్తున్నావ్ అంది సుమిత్ర.

పిలుచుకో మరి, రాహుల్ ని పిలవమంటావా, నీ ప్రియమైన స్నేహితుడు కదా, లోపలికి వచ్చి అన్ని చూసుకుంటాడు. తర్వాత ఫ్రెండ్ కదా క్షమించా అను అన్నాడు జై.

అప్పుడు ఏదో కోపం లో అనేసా సారీ బావ, ఇంకెప్పుడూ వాడి టాపిక్ తీసుకురాకు, ఇంకెప్పుడూ వాడ్ని ఫ్రెండ్ అని కూడా అనన..నేను అంది సుమిత్ర.

సరేలే అన్నాడు జై.

థాంక్ యూ బావ, అంటూ బుగ్గపై ముద్దు ఇచ్చింది సుమిత్ర. నీకు ముద్దులు,అల్లరి ఎక్కువ అవుతోంది, లోపలికి వెళ్లు అన్నాడు. వద్దు అనుకున్నా నవ్వు వచ్చింది జై కి.

హమ్మయ్యా! ఇప్పుడు నవ్వావు కదా, తర్వాత ప్రేమలో పడతావ్ లే అనుకుంటూ లోపలికి వెళ్ళింది సుమిత్ర.

బైటకి వచ్చాక మళ్ళా కుచ్చిళ్లు పెట్టడం రాలేదు సుమిత్ర కి. అలాగే కుర్చో పెట్టాడు తీసుకు వచ్చి సుమిత్ర ని, జై పవిట లేకుండా, ఇద్దరి శరీరాలు తాకుతుంటే ఏదోలా ఉంది ఇద్దరికీ. త్వరగా ఆమెని మంచం మీద కూర్చోపెట్టి ఇంకో డ్రెస్ ఆర్డర్ పెట్టాడు జై.

ఎంత స్కాన్ చేయకుంటే నా కొలతలు కరెక్ట్ గా తెప్పిస్తున్నావ్ బావా అంది సుమిత్ర. సరే వేసుకో, నే బైటకి వెళుతున్నా అన్నాడు జై. అంటే నన్ను ముట్టడం ఇష్టం లేదా బావా, కుచ్చిళ్లు పెట్టడం మాని డ్రెస్ తెప్పించావ్ అంది సుమిత్ర. లేదు దేవి, నువ్వే అలా చేసావు అన్నాడు జై. ఎందుకో సుమిత్ర కళ్లలో నీళ్లు. సరే డ్రెస్ వేసుకో అని బైటకి వెళ్లబోయాడు జై, నేను వెళ్ళమని చెప్పానా అని అంది సుమిత్ర. నాకు ఇష్టం లేదు అని సుమిత్ర సమాధానం వినకుండా బయటకి వెళ్ళిపోయాడు జై.

సుమిత్ర తన ఆవేశం, తొందరపాటు వల్ల వచ్చిన సమస్య ఇది అని ఏడుస్తూ ఉండి పోయింది. తర్వాత నెమ్మదిగా లంగా ఓణి తీసేసి డ్రెస్ వేసుకుంది.

అప్పుడే డాక్టర్ ఇంకో సారి చెక్ చేయడం కోసం వచ్చాడు. అది చూసిన జై అయ్యిందా దేవి అని అడిగాడు సుమిత్ర ని. హా, ఏంది బావా అంది సుమిత్ర.

అవునా, అని తలుపు తీసి లోపలికి వచ్చాడు జై . డాక్టర్ వచ్చి చెక్ చేసి, అంతా ఓకే తీసుకెళ్లి పోవచ్చు అన్నాడు.

డాక్టర్ నాకు ఏం కాలేదు కదా అంది సుమిత్ర. ఏం కాలేదు, చక్కగా ఉన్నావ్ అన్నాడు డాక్టర్. అవునా సరే, పెళ్లి కి ఏం ప్రాబ్లమ్ లేదు కదా అంది సుమిత్ర. అసలు లేదు అన్నాడు డాక్టర్. అంటే మా బావ రొమాన్స్ లో అందె వేసిన చేయి తట్టుకోగలనా అంది సుమిత్ర. ఓయ్! ఇందాక మీ బావ, ఇప్పుడు నువ్వ, ఫామిలీ అంతా ఒకే రకమా, మారరా అన్నాడు డాక్టర్. నీకు వచ్చిన ప్రాబ్లమ్ ఏం లేదు, బావతో ఎన్ని గంటలు రొమాన్స్ చేసినా వచ్చే నష్టం ఏం లేదు

అన్నాడు డాక్టర్. సమస్య ఏం లేదుట బావ అంది వెంటనే సుమిత్ర. కోపంగా చూసాడు జై. సుమిత్ర ని తీసుకు వెళ్ళిపోయాడు జై.

గుడికి అని వెళ్ళిన వీళ్ళు ఇంకా రాకపోవడం తో కాల్ చేద్దాం అనుకుంటున్నాడు శ్రీ. అప్పుడే డోర్ చప్పుడు అయితే వెళ్ళి తీసాడు శ్రీ.

ఎదురుగా ఉన్న వ్యక్తి ని చూసి ఆశ్చర్యపోయాడు.

మిల్క్‌బార్ నువ్వేంటి ఇక్కడ అన్నాడు శ్రీ. బావా! నీ కోసమే వచ్చాను అంది శ్రీజ.

నాకోసం దేనికి మిల్కీ అన్నాడు శ్రీ. బావా! అక్క నీకు విడాకులు ఇచ్చింది, మీది పెళ్ళి విడిపోయారు. కానీ నాది ప్రేమ బావ అంది శ్రీజ.

ఏం మాట్లాడుతున్నావ్, కొద్దిగా అర్థం అయ్యేటట్లు చెప్పు అన్నాడు శ్రీ.

బావా! నువ్వంటే నాకు ఇష్టం అని నీకు తెలీదా చెప్పు అంది శ్రీజ.

చూడు అమ్మాయి, నాకు ఎప్పుడో అనిపించింది. కానీ నువ్వు అప్పుడు పదవ తరగతి పిల్లవి, ఏం అనుకోవాలి చెప్పు. నేనే తప్పుగా అర్థం చేసుకున్నా అనుకున్నా. తర్వాత మీ ఇంట్లో మీ అక్క ని నాకిచ్చి పెళ్ళి చేస్తున్నారు అన్నా నువ్వు ఏమి అనలేదు, అంటే ఇక నాకు అర్థం ఐంది. అప్పుడు ఏదో క్రష్ లా ఫీల్ అయ్యి ఉండి ఉంటావు అంతే అని. ఇంకా చెప్పాలి అంటే కొన్ని సార్లు మదన పడ్డాను, నువ్వు పదే పదే

కనపడితే బాగుండేది, నీ కోసం మిల్క్‌బార్ జేబులో పెట్టుకు తిరిగేవాడిని. కానీ మీ అక్కతో పెళ్ళి అనుకున్నాక ఇవి మానేసాను, నువ్వు క్రష్ అనుకున్నావని ఫిక్స్ అయ్యా. ఐనా క్రష్ అయినా, ప్రేమ అయినా పెళ్ళి వరకే ఉండాలి కదా. పెళ్ళి అయితే మన మనసు, శరీరం భార్య కే కదా. శరీరం భార్యతో ఉంచి కాపురం చేస్తూ, మనసు వేరే వాళ్ళతో విహరిస్తూ ఉంటే, ఇక ఎన్ని మంచి పనులు చేసినా వాటికీ విలువ లేదు కదా. అందుకే నేను లావణ్య ని మొదట ఇష్టపడడం, తర్వాత ప్రేమించడం మొదలు పెట్టాను, అది రోజు రోజుకి పెరిగింది. తాను తప్పు చేసింది అని చెప్తాను, కోపం చూపిస్తాను, కానీ వదిలి ఉండలేను. చివరికి తనకి నచ్చిందే చేస్తాను, చేయనిస్తాను. తనకి ప్రేమ ఉండి చెప్పిందో లేక నన్ను పడేయాలి అని చెప్పిందో తెలీదు కానీ తన మాటలు, తన నాతో ఉండే క్లోజనెస్, ఇంకా చేసే పనులు అలా అనిపించాయి. తన స్నేహితులు, ఇంకా బాలు ఉంటే మాత్రం నేను ఇంక అవసరం లేదు అంతే. అలా అయిపోయింది నా పరిస్థితి, కానీ తనని వదలలేను. అంత హోప్స్ తెప్పించింది నాకు. తనేమో వదలలేను అని చెప్పింది బాలుని, ఆ రోజు ఎంత ఏడ్చానో నాకు తెలీదు. అసలు ఆ రోజు ఇంక విడాకులు ఇవ్వక

తప్పలేదు మామగారు నన్ను క్షమించు బాబు అని కాళ్ళు పట్టుకున్నారు. అందరికీ, ఇద్దరికి పడలేదు అని చెప్పాము ఇంక అన్నాడు శ్రీ.

మొత్తం నా వల్లే జరిగింది బావా, నీకు చెప్తే చిన్నపిల్ల అంటావేమో అని ఆగాను. ఐనా నీ మీద నాకు చాలా మర్యాద పెరిగింది బావా. పెళ్లి అయితే భార్య మీద మాత్రం ప్రేమ పెంచుకోవాలి అని చూసే వాళ్ళు ఎంత మంది ఈ కాలం లో అసలు. సరే కానీ నీ లాంటి వాళ్ళకు మాత్రమే లావణ్య లాంటి వాళ్ళు దొరుకుతారు. తాను అక్క అని చెప్పడం ఇష్టం లేదు నాకు, దాని ఎదురుగా ఉండలేక కోర్సెస్ అంటూ తిరుగుతున్నా. నిజానికి మీరు విడిపోవడానికి నేను కూడా ఒక కారణం అయ్యా అంది శ్రీజ.

నా టైం బాలేకుంటే నువ్వు ఏం చేస్తావు లే అన్నాడు శ్రీ.

అవునా, కానీ నా టైం బాగుంది, నువ్వు నాకు దక్కావు అంది శ్రీజ. ఏంటి ఏం మాట్లాడుతున్నావ్ శ్రీజ, నాకు లావణ్య మీద తప్ప నీ మీద ఇప్పుడు అలాంటి ఫీలింగ్ లేదు అన్నాడు శ్రీ.

పిచ్చి పిచ్చుగా ఉందా బావా, నీకు అన్ని అబద్దాలు చెప్పి మోసం చేసినదాన్ని ప్రేమిస్తావా ఇంకా, పోనీ నీ ప్రేమకి విలువ ఇచ్చి అదేమన్నా వస్తోందా పోనీ, దాని లోకం లో అది ఉంది. ఆ బాలు గాడ్ని వేసుకుని గోవా పోయి వచ్చింది మొన్నే. పెదనాన్నకి తప్ప దాని వేషాలు ఎవరికీ తెలీదు, బైటకి అంటే అది అందరి ముందే చేస్తుంది అని తెలియనట్టే ఉంటాడు.

అవునా అన్నాడు శ్రీ. సరే బావా, ఏది ఏమైనా నేను నిన్ను ప్రేమిస్తున్నా బావా. నాకు సరిగా చెప్పడం వస్తుందా, రాదా ... కానీ ట్రై చేస్తాను.

నేను నీ పరిచయం ఊహించలేదు

నీతో సాన్నిహిత్యం, సహవాసం అలవాటు ఐంది

నీతో ఉన్న క్షణాలు మాత్రమే

మధురానుభూతులు నాకు

వెలితిగా ఉన్న నా జీవితం లో వెలుగు

నింపింది నువ్వు

చీకటికి చిరునామా అయిన నా జీవితం కి

ఆశల వెలుగు కల్పించింది నువ్వు

నేను కోరుకున్న వరం నువ్వు

నేను పీల్చే గాలి కూడా నీ కోసం పరితపిస్తోంది

నేనెప్పుడు కోరుకునేది కూడా నీ

పెదవులపై చిరునవ్వ

నా అణువు అణువు లో నిన్నే నింపుకున్నా

ఆశ పడే మనసుకి తెలీదు కదా అది దురాశ అని

అందుకే నీ కోసం, నీ ప్రేమ కోసం

ఆరాటం ఆపట్లేదు

మనసు నీ రూపం మర్చిపోదు

కళ్ళు ఎప్పుడు నీ రాక కోసం ఎదురు చూస్తాయి

నా నోరు ఎప్పుడు నీ మాటకి

బదులు ఇవ్వడానికి వేచి ఉంటుంది

పెదాలు నిన్ను చూడగానే నవ్వ ను బైటకి తీస్తాయి

చెవులు నీ గొంతు వినడం

కోసమే ఉన్నాయా అన్నట్టు ఉంటాయి

శ్వాస నీ శ్వాసలో ఎప్పుడు కలుపుకుంటావా

అని గుండె చప్పుడు ఎప్పుడు నీతో

కలుద్దామా అని ఆర్తిగా చూస్తాయి.

నీ పెదవుల దాహం తీర్చాలని

నా పెదవుల ఆశ..

నీ కౌగిలి లో ఒదిగిపోవాలని నా

శరీరం అభిలాష

నీ వలపుల కోటకి బానిస అవ్వాలని

నా సొగసుల కోరిక.

విని నా హృదయ సామ్రాజ్యం కోటకి

రాజువి అవ్వరా

నీ కన్నులలో కన్నీటికి చోటు రాకుండా

చూసుకుంటా కన్నా

నోరు తెరిచి అలా ఉండిపోయాడు శ్రీ.

ఏమైంది శ్రీ, అని అడిగింది శ్రీజ. ముందు అంతా అలాగే అంటారు శ్రీజ, తీరా నేను అంత కంటే ఎక్కువ ప్రేమ పెంచుకుంటాను. అప్పుడు మొదలు అవుతుంది తంటా. మళ్ళా మారిపోతూ ఉంటారు, ఆలోచనలు మారిపోతూ ఉంటాయి. నేను ఇంత ప్రేమా అనుకునే లోపు అన్ని మారుతూ ఉంటాయి అన్నాడు శ్రీ.

నా ప్రేమ మీద నమ్మకం లేదా బావా అంది శ్రీజ. నీకు ఉందా అని అడిగాడు శ్రీ. నేను పైన చెప్పిన అన్ని పదాలకి చచ్చే వరకు కట్టుబడి ఉంటా బావా, నేను మారితే చచ్చిన శవం కిందే లెక్క అంది శ్రీజ.

ఇప్పుడు శవాల మాటలు ఎందుకు మిల్కీబార్, ఇదుగో చాక్లెట్ తిను అంటూ మిల్కీబార్ ఇచ్చాడు, అది తీసి విసిరి కొట్టింది.

నువ్వు నా ప్రేమని అనుమానిస్తున్నవ్ కదా బావా, మా అక్క లాగే నేను అనుకుంటున్నవు కదా. కానీ కాదు, నాకు ప్రేమ అన్న అనుభూతి తెలిసింది నీ వల్ల. ఒకటి చెప్పి మళ్ళా మాట మార్చే రకం కాదు ఈ శ్రీజ. లావణ్య లా అబద్ధాలతో బంధం ఏర్పరచుకోవాలి అనుకోవడం లేదు. నా ఒంటి మీద అబ్బాయి చేయి పడింది అంటే అది నీదే అయి ఉండాలి, నా పరువాలు ఒకరి కోసం ధారపోయాలి అంటే అది నీ కోసమే అయి ఉండాలి, నా నెలవంక లాంటి నడుము ఎదురు చూసేది నీ చేతి స్పర్శ కోసం మాత్రమే, నా సొగసులు వేచి చూసేది నీ చేతిలో ఓడి గెలవడం కోసం.

అలా కాదు అని ఇంకొకరి చేతిలో నన్ను పెడితే ఉరేసుకుని చస్తాను ఇప్పుడే చెప్తున్నా. చాలా మందిలా ఒకర్ని ప్రేమించే మనసుని చంపేసి, వేరే వాళ్ళని చేసుకుని మనసులో మొగుడు లేకుండా కాపురం చేయను. ఒక వేళ నువ్వు, లావణ్య అక్క బాగుండి ఉంటే పెళ్లి అయ్యాక నిన్ను తల్చుకోకుండా భర్త మీద ప్రేమ పెంచుకునే దాన్ని. కానీ నువ్వు, అక్క విడాకులు తీసుకున్నారు, ఇప్పుడు నా ప్రేమని చంపి ఉపయోగం లేదు అంది శ్రీజ.

శ్రీ కళ్ళలో ధారాళంగా నీళ్లు కారాయి. ఎందుకు శ్రీజ ఎవరు చూపించాల్సిన వాళ్ళ మీద ప్రేమ చూపించరు, ఇష్టం లేనప్పుడు మీ అక్క పెళ్లి చేసుకోవడం దేనికి, మానేయవచ్చు కదా. నువ్వు ముందే నాకు ప్రేమ తెలపచ్చు కదా, ఎందుకు ఇలా అవుతుంది, నా గుండె లోపల చాలా మంటగా ఉంది శ్రీజ.. అన్నాడు శ్రీ.

బాధపడకు బావా, మంచివాళ్లు అందరు మొదట కష్టాలు పడతారు, ఇంకా చెప్పాలి అంటే అన్ని కష్టాలు వాళ్ళకే వస్తాయి. ఎందుకో చెప్పనా వాళ్ళు అన్ని తట్టుకోగలరు,అయినా మంచిగానే ఉంటారు. అప్పుడు వీళ్ళని బాధ పెట్టిన వాళ్ళు అంతా బానే ఉన్నం అనుకుంటారు, కానీ వాళ్ళు చేసిన పనికి చివరి రోజుల్లో త్వరగా చావు రాక, నా అన్నవాళ్ళ తోడు లేక, ఎవరో ఏదో చేస్తారు అనుకుంటూ ఏళ్ళకి ఏళ్ళు మంచం పై గడుపుతూ, అందరి చేత తిట్లు తింటూ ఎప్పుడు పోతానా అని ఎదురు చూస్తూ ఉంటారు.

కానీ నీ లాంటి వాళ్ళు ఎవర్ని బాధ పెట్టకూడదు అంటూ తామే బాధపడే వాళ్ళు హంస లాంటి వాళ్ళు. వాళ్ళు అందరి మేలు ఆలోచిస్తారు, లావణ్య లాంటి వాళ్ళకు అవకాశం ఇస్తారు. వాళ్ళని చూసి అందరు ఇంత మంచి వాడికి ఎన్ని కష్టాలో అనుకుంటారు కానీ, నిజానికి మీకు ఆ కష్టానికి తట్టుకునే గుండె నిబ్బరం ఉంది. చావుకు భయపడరు, ముందుకు వెనక్కి వెళ్ళరు, అందుకే యముడు రాగానే ఆయనతో దెబ్బలాడకుండా కూడా వెళతారు. కానీ మిమ్మల్ని ఏడిపించిన వాళ్ళు అలా కాదు దెబ్బలాడతారు, మంచం మీదే నరకం చూసేస్తారు బావ అంది శ్రీజ.

అంటే నేను మహాత్ముడిని అంటావ్ అన్నాడు శ్రీ. ఒకటి చెప్తా బావా ఎక్కువ అనుకోకు, నా దృష్టిలో నీకంటే గొప్పవాడు లోకంలో పుట్టలేదు బావ అంది శ్రీజ.

శ్రీజ....అన్నాడు శ్రీ.

బావా, నీకు ఇంకో విషయం చెప్పాలి.

ఏంటి అది మిల్క్బార్ అన్నాడు శ్రీ. నన్ను ఇందాక ఏమని పిలిచావు అంది శ్రీజ. శ్రీజ.. అన్నాడు శ్రీ. ఇవాళ మొదటిసారి నన్ను మూడు సార్లు శ్రీజ అని పిలిచావు, ఎంత ఆనందంగా ఉందో తెలుసా అంది శ్రీజ.

అవనా అన్నాడు శ్రీ. అవును బావా, నన్ను శ్రీజ అని పిలువు చాలు, అసలు ఇంకేం అక్కర్ల, నన్ను బుజ్జి చిన్ని బంగారం అని ముద్దు పేర్లు అవసరం లేదు, కనీసం ఏ సరదాలు వద్దు, అసలు నిన్ను ఏం అడగను బావా. నన్ను పేరు తో పిలువు, నిన్ను నేను గుండెల్లో పెట్టుకు చూసుకుంటా, వాళ్ళలా నువ్వు ఉండట్లా, వీళ్ళలా ఉండట్లా అని నేనేం అనను, నువ్వు ఎలా అంటే అలా ఉంటాను బావ అంది శ్రీజ. శ్రీజ అని పిలిస్తే చాలు, నా జీవితం మొత్తానికి నువ్వే రాజు బావా అంది శ్రీజ.

అయ్యో శ్రీజ! అసలు నాకు మళ్ళా పెళ్ళి చేసుకునే ఉద్దేశం లేదు. అదీకాక ఆ ఇంట్లో అంత పెంట అయ్యాక నన్ను మళ్ళా రానిస్తారా చెప్పు అన్నాడు శ్రీ.

బావా! నీకిష్టం అయితే ఇవన్నీ ఆపలేవు, నేను అందర్నీ ఒప్పిస్తా. పెదనాన్నతో మాట్లాడిస్తాను అందర్నీ, ఏం కాదు అంది శ్రీజ.

నీకు వేరే పెళ్లి చేస్తా అంటే ఏం చేస్తావ్ శ్రీజ అన్నాడు శ్రీ. చేసుకోను అంటాను. చేసుకోకపోతే చచ్చిపోతా అని నీ తల్లిదండ్రులు అంటే. చేస్తే నేను చచ్చిపోతా అంట. నేను వాళ్ళని వదలను, నిన్ను వదలను బావ అంది శ్రీజ.

నాకు ఎందుకో కరెక్ట్ అనిపించడం లేదు శ్రీజ అన్నాడు శ్రీ

బావా! అవన్నీ తర్వాత, ముందు నేను అంటే నీకు ఇష్టం, ప్రేమ ఉన్నాయా లేదా అంది శ్రీజ.

ఉండబట్టే కదా ఇంత సేపు మాట్లాడుతున్నా. మళ్ళా ఆ ఇంట్లోకి కరెక్ట్ కాదు అనిపిస్తోంది అన్నాడు శ్రీ.

అవునా, నిజామా అంది శ్రీజ. అవును మిల్కీబార్ అన్నాడు శ్రీ. బావా! ఒకసారి నన్ను పూర్తిగా చూడు, పైనుంచి కింద దాక అంది శ్రీజ.

శ్రీజని చూసాడు శ్రీ. శ్రీజ నీలం రంగు దాని మీద సిమెంట్ రంగు డిజైన్ చేసిన లెహంగా వేసుకుంది, చున్నీ కుడి వైపు కప్పుతూ ఉంది, అదే వైపు నడుము భాగం మాత్రం కవర్ చేయకుండా ఉంది.

అలా చూసి ఒక్క క్షణం తల తిప్ప లేకపోయాడు శ్రీ. ఏంటి బావా, అంత బాగా ఉన్నానా అలా చూస్తున్నావ్ అని అంది శ్రీజ. అవును శ్రీజ, చాలా బాగున్నావ్ అన్నాడు. అందర్నీ ఇలాగ చూస్తావా అని అడిగింది శ్రీజ.

నేనెందుకు చూస్తా, ఏదో ఇష్ట పడ్డ అమ్మాయి అని చూసా అన్నాడు శ్రీ. కిల కిల నవ్వింది శ్రీజ. ఏంటి అందగా ఉండడమే కాదు నవుతున్నావ కూడా అన్నాడు శ్రీ. బావగారు మంచి ప్రశంసలు ఇస్తున్నారు. నేను అంతే, నచ్చినవాడు పొగిడితే కిలకిల నవ్వుతా, అదే ఎవరు పడితే వారు పొగిడితే మాత్రం పని చూస్కోరా పోరంబోకు అన్నట్టు చూస్తా, ఆ చూపుకే వాడు సగం చచ్చిపోవాలి అంది శ్రీజ.

అందంగా ఉంటే చూస్తారు కదా శ్రీజ అన్నాడు శ్రీ. ఎందుకు చూడాలి, వాళ్ళ పిల్లని వాళ్ళు చూసుకోవాలి, అంతే కానీ ఊళ్ళో ఉన్న అందరు పిల్లల్ని చూస్తారా. నన్ను నా వాడే చూడాలి. ఇప్పుడు నే అంటే ఇష్టం కాబట్టి చూసావ్, అదే ఇష్టం లేకుంటే చూస్తావా అని అడిగింది శ్రీజ. అలా చూడలేను మిల్కీబార్ అన్నాడు శ్రీ. అందుకే బావా, నువ్వు స్పెషల్. నీలాంటి వాడ్ని

ఎవరు వదులుకుంటారు, దేవుడి పుణ్యం వల్ల ఆ లావణ్య వదిలేసింది, నాకు దక్కావు అంటూ చటుక్కున శ్రీ నుదుటిపై ముద్దు పెట్టింది శ్రీజ.

ఏంటి అమ్మాయి ఇది, నుదుటి మీద ముద్దు పెట్టావు అన్నాడు శ్రీ. అంతే నచ్చలేదా ప్లేస్ అంటూ శ్రీ బుగ్గ పై తన పెదవులని ఆనించి సుతారంగా మీటుతోంది, తన్మయత్వంతో ఊగిపోయాడు శ్రీ. మిల్క్‌బార్, ఈ అల్లరి ఏంటి అంటూ మెల్లిగా అడిగాడు.

ఏంటి అల్లరి అంటున్నావ్,చిన్న పిల్లలా కనిపిస్తున్నానా అంది శ్రీజ.

నువ్వు చేసే చేష్టలు అన్ని చిన్న పిల్లల చేష్టలే కదా అన్నాడు శ్రీ.

ఏంటి ఇంత అయ్యి నా, ప్రేమని అంత విశదీకరించాక కూడా చిన్నపిల్లనా? ఇంక లాభం లేదు బావా, నిన్ను మార్చుకుంటే నన్ను స్కూల్ కి పంపినా పంపుతావ్ అంది శ్రీజ.

అబ్బో ఏం చేస్తావ్ ఏంటి అన్నాడు శ్రీ.

ఏం చేస్తానా అంటూ శ్రీ ముక్కు, చెవి, కళ్ళు, నుదురు, గెడ్డం, బుగ్గలపై పదుల సంఖ్యలో ముద్దులు ఇచ్చి, వెంటనే శ్రీ పెదవులని తన పెదవులతో గట్టిగా పెనవేసింది. ముద్దు లో మాధుర్యం అనుభవిస్తూ వాళ్ళు దాదాపు పది హేను నిముషాలు ఉండిపోయారు.

శ్రీజ వచ్చిన తర్వాత షాక్ లో శ్రీ తలుపు వెయ్యడం మర్చిపోయాడు.

జై, సుమిత్ర కలిసి వస్తూ, బావ మనసు ఎలా మార్చాలి, అక్కతో పెళ్ళికి ఎలా ఒప్పించాలి అని ప్లాన్ చేసుకుంటూ వచ్చారు.

డోర్ తీసే ఉండడంతో లోపలికి వచ్చేశారు ఇద్దరు. హాల్ లో ముద్దు తో వేరే లోకం లో విహరిస్తున్న శ్రీజ, శ్రీ లని మొదట చూసింది సుమిత్ర. రాజ్, మీ అక్కకి పోటీ వేరే ఆమె వచ్చినట్టు ఉంది అంది సుమిత్ర.

అవునా దేవి, ఎవరు అది దాని తోలు తీస్తా అంటూ అటు వైపు చూసాడు జై.

అలా చూసి ఆనందంగా నవ్వాడు. ఏంటి రాజ్, అలా నవ్వుతున్నావ్, అన్నతో ఆమె ఎవరో ఉంటే అంది సుమిత్ర. ఆమె ఎవరో కాదు దేవి, నీ వదిన, నా అక్క అన్నాడు జై.

వెంటనే వాళ్ళ దగ్గరకు వెళ్ళి పోయింది సుమిత్ర. ఇద్దరు ప్రేమలో పడి ముద్దులో మునిగి తేలడం బానే ఉంది అన్న, వదిన. కానీ ఇంటి తలుపు మూయకుంటే మీ శృంగారం అందరికి సినిమా అవుతుంది ఏమో అంది సుమిత్ర.

వెంటనే తేరుకుని ఈ లోకంలోకి వచ్చారు శ్రీజ, శ్రీ.

నువ్వు ఎన్ని ప్లాన్ లు వేశావు జై అసలు, ఎలా కలపాలి అక్కని బావని అని. అసలు పెళ్ళి మీదే ఇంటరెస్ట్ లేదు అన్న మీ బావని, మీ అక్క చిటికెలో మార్చేసింది. వదినా, నువ్వు తోప్పు లే అసలు అంది సుమిత్ర.

నవ్వాడు శ్రీ.

నువ్వు మా అమ్మలానే ఉన్నావ్ అంటే, మా అమ్మ అన్న కూతురువా అంది శ్రీజ.

అవును అంది సుమిత్ర.

సరే వరుసలో వదిన బావ ఒకే కానీ, మా వాడితో పెళ్ళి, మా ఇంట్లో అడుగు పెట్టాలి అని మాత్రం అనుకోకు అంది శ్రీజ.

షాక్ లో ఉండిపోయారు జై, శ్రీ.

జై ఆలోచించడం మొదలు పెట్టాడు,తనకి తెలియని విషయాలు ఏవో అక్కకి తెలుసు అన్నట్టు. వదినా, అసలు ఏంటి నీ సమస్య, సరే నాకు జై అంటే ఇష్టం, చేసుకుంటే వాడినే చేసుకుంటా అంది సుమిత్ర.

అది జరగని పని అంది శ్రీజ.

ఎందుకు జరగదు వదినా, అసలు నీ ఇబ్బంది ఏంటి. ఒకటి చెప్తున్నా విను, చావనైనా చస్తా కానీ నా వంటి మీద రాజ్ తప్ప వేరే వాళ్ళ చేయి పడనివ్వను, నా మనసులో ఇంకొకళ్ళ ప్రవేశాన్ని అనుమతించను అంది సుమిత్ర.

ఇందాక అలాంటి మాటే శ్రీజ అనడంతో, అది గుర్తు వచ్చిన శ్రీ గట్టిగా నవ్వి,మిల్క్‌బార్ నీ మరదలు కూడా నీ టైపే, ప్రేమ చూపిస్తోంది, ఎందుకు వద్దు అంటున్నావ్ అన్నాడు శ్రీ.

ఆమెకి ప్రేమ మీద మంచి ఒపీనియన్ ఉంటే చాలదు, వాళ్ళ ఇంట్లో వాళ్ళకి ఉండాలి కదా. అసలు మా అమ్మ ప్రేమ కి విలువనివ్వక వాళ్ళ నాన్న, తాత మా అమ్మకి పుట్టిల్లు, నాన్నకి అత్తవారిల్లు లేకుండా చేసారు. పైగా ఎవరూ లేనట్టు, ఎవరికి తెలీకుండా ఎక్కడో బ్రతకాల్సిన పరిస్థితి తీసుకొచ్చారు. జై పుట్టినపుడు అయితే అమ్మకి పక్క వాళ్ళు సహాయం ఉన్నారట, కానీ నే పుట్టినపుడు ఊరు కానీ ఊరిలో ఎంతో ఇబ్బంది పడ్డారట. నాన్న చాలా సార్లు చెప్పి బాధ పడ్డారు నాతో. ప్రేమ ముఖ్యం కాదు అనను కానీ, ప్రేమని ఒప్పుకునే పేరెంట్స్ కూడా ఉండాలి అని, ఒకవేళ అలా ఒప్పుకోకపోతే దాని పర్యవసానాలు ఇలా ఎదుర్కోవాల్సి వస్తుంది అని చెప్పారు. అమ్మ కూడా వాళ్ళ వాళ్ళని తల్చుకోని రోజు లేదు అంది శ్రీజ.

అసలు ఏం జరిగింది తెలుసుకోకుండా ఏంటి వదినా ఇది. తాతయ్య బ్రతికి ఉండగా అత్త కోసం తల్చుకొని ఏడ్వని రోజు లేదు, నాన్న కి వాళ్ళ చెల్లి అంటే ఎంత ప్రాణమో తెల్సా. కేవలం ఆమె పుట్టిన రోజు వేడుకకు నేను హాజరు కాలేదు అని నన్ను ఇంట్లోంచి తరిమివేసాడు. ఇంత కంటే ఏం చెప్పాలి అంది సుమిత్ర.

అవునా అలాగా, ఆమె ఉన్నపుడు కావలసింది ఇవ్వడం మానేసి వెళ్ళిపోయాక వేడుకలు చేస్తారా, ఇదేనా మీ గొప్పతనం. మీ తాతకి డబ్బు పిచ్చి, మీ నాన్నకి కుల పిచ్చి, నీలాంటి వాళ్ళ కుటుంబంతో నా తమ్ముడ్ని నేను కలవనివ్వను అంది శ్రీజ.

అక్కా! నువ్వు కలవమని చెప్పినా నేను కలవను. నీకు తెలిసిన విషయాలు నాకు ఏమి తెలీదు కానీ, ఒకటి మాత్రం తెలుసు. ఈ దేవి కి కంగారు ఎక్కువ, ఊరికే మనుషులను మాట అనేస్తుంది. నేను అమ్మాయిల శరీరం కోసం ప్రేమ అంటూ చెప్తాను అని అంది పొద్దునే, తర్వాత నా మీద ఎనలేని ప్రేమ అంటోంది. నేను ఆమెని ప్రేమించిన మాట నిజం కానీ, దాన్ని ముందుకు తీసుకెళ్ళే ఉద్దేశం లేదు. ఇంకొకటి ఏంటి అంటే నువ్వు చెప్పిన విషయం విన్న తర్వాత అసలు ఇంటరెస్ట్ కూడా లేదు అన్నాడు జై.

గుడ్ అంది శ్రీజ.

ఏంటి గుడ్, పాతి పెడతా అక్క తమ్ముళ్లు ఇద్దర్ని, అవసరం అయితే రాజ్ ని కిడ్నాప్ చేయించి అన్నవరం గుళ్ళో పెళ్లి చేసుకుంటా, అంతే తప్ప ఏడుస్తూ కూర్చొంటా అనుకుంటున్నారా. అసలే సంజన అత్తకి తగ్గ మేనకోడలుని, బ్రతిమాలుతుంటే ఎక్కువ చేస్తున్నారు. ఇంకో విషయం,ప్లీజ్ నన్ను అర్థం చేసుకోండి. అత్త బ్రతికి ఉంది అని ఎవరికీ తెలీదు, తాత నాన్న ప్రతి సంవత్సరం అత్త పుట్టిన రోజు వేడుకలు మాత్రమే కాదు, శ్రాద్ధ కర్మలు కూడా చేయిస్తున్నారు, అర్థం చేసుకో అంది సుమిత్ర.

అంటే బ్రతికి ఉండగానే మా అమ్మని చంపేసి కర్మలు చేస్తున్నారు అంటూ కోపంతో రగిలి పోయింది శ్రీజ.

వదినా, అసలు ఎప్పుడు నెగటివేనా, పాజిటివ్ ఉండదా అసలు అంది సుమిత్ర.

నువ్వు ముందు బైటకి నడు అంది శ్రీజ.

ఓయ్! మాట్లాడుతుంటే పో అంటావేంటి. ఇదుగో చూడు జై, నిన్ను తప్పుగా అర్థం చేసుకున్నా నన్ను క్షమించు. అది తప్పు, దానికి తిట్టు, కొట్టు, చంపెయ్ కూడా. కానీ నన్ను మాత్రం దూరం పెట్టకు. నేను నిన్ను అనడానికి కారణం కూడా నీ మీద అంతులేని ప్రేమ చూడగానే ఉంది, ఒప్పుకుంటున్నా కానీ, అనేక సందేహాలతో నేనే దూరం చేసుకున్నా. మరి ఏం

చెద్దాం ఇప్పుడు. నీ కాళ్ళు పట్టుకుంటా బావా, క్షమించలేవా నా తప్పుల్ని. ఇంకో సారి ఏ తప్పు జరగదు, నా మీద ప్రేమ ఉంది కదా బావ అంది సుమిత్ర.

జై ఏం మాట్లాడలేదు.

ఒక్కసారి చెప్తే బుద్ధి లేదా నీకు, వాడు వద్దు అంటున్నాడు కదా, ఎందుకు అలా చేస్తున్నావ్ అంది శ్రీజ.

వదినా, అన్న కూడా ముందు వద్దనే కదా అన్నాడు. మీ అక్క తప్పు చేసింది అని నీ ప్రేమ వదిలి వెళ్ళిపోయావా. అసలు మా నాన్న, తాత తప్పు చేసారో లేదో నాకు తెలీదు, ఒక వేళ చేసి ఉంటే వాళ్ళని నేనే తిడతాను, అత్త కి, మామకి వాళ్ళ చేత క్షమాపణ చెప్పిస్తాను. ఇప్పుడు అంతకంటే నేను ఏం చేయగలను వదిన, జరిగిపోయిన తప్పులకి నన్ను బాధ్యురాలిని చేస్తూ నా ప్రేమని కాదనడం బాగా లేదు వదిన అంటూ అలాగే ఏడుస్తూ ఏడుస్తూ వెక్కి వెక్కి అలాగే ఉండిపోయింది సుమిత్ర.

ఆలోచించడం మొదలు పెట్టింది శ్రీజ.

శ్రీజ అని పిలిచాడు శ్రీ. ఏంటి బావ అంది శ్రీజ. ఒకటి చెప్తా విను, ఎవరి ప్రేమనైనా తక్కువ చేసి చూడడం సులువే కానీ ఒక్కసారి పోగుట్టుకున్నక ఆ ప్రేమ పొందడం కష్టం, అదే నేను నీ ప్రేమ అంగీకరించడానికి ప్రధాన కారణం. నువ్వు, నీ మరదలు ప్రేమని ఇలా అనవచ్చా. ముందు అత్తయ్య దగ్గరికి వెళ్దాం,ఆమె ఏం చెప్తుంది చూద్దాం, అప్పుడు ఆలోచిద్దాం అన్నాడు శ్రీ.

సరే బావ అంది శ్రీజ.

అప్పుడు శ్రీ జై తో, ఒరేయ్ జై! ఆ అమ్మాయి తప్పు చేసి ఉండచ్చు, నిన్నో మాట అని ఉండచ్చు, కానీ ఆమె తప్పు ఒప్పుకుంది, ఇంకోసారి అలా చేయను అని మాట ఇచ్చింది, ఇంకో సారి ఆలోచించరా అన్నాడు.

బావా, ఐ లవ్ యు బావా. రాజ్! నువ్వు లేకుండా నేను ఉండలేను అంటూ వేరే లోకంలోకి వెళ్ళి వెక్కి వెక్కి ఏడుస్తోంది సుమిత్ర. ఇంకా కరగడం లేదు శ్రీజ, జై.

వదినా, బావ ఏం చేస్తే నాది ప్రేమ అని నమ్ముతారు చెప్పండి, అదే చేస్తాను అంది సుమిత్ర కళ్ళు తుడుచుకుని.

అప్పుడు శ్రీజ అక్కడికి వచ్చి, నన్ను క్షమించు దేవి,ఏదో ఆవేశం లో నీ ప్రేమని అర్థం చేసుకోలేదు. జై మీద నీ అపార ప్రేమ నీ మాటలు, శ్రీ వివరణ తర్వాత అర్థం అయ్యాయి. నేను అందరితో మాట్లాడతా అంది శ్రీజ. అబ్బో మరి నా అలక పోయేదెలా అన్నాడు జై.

ఓరినీ, నీకు అలకలు కూడా వచ్చా అన్నాడు శ్రీ. మరి ఆవిడ గారు ఏం తక్కువ మాట అనలేదు, నేను అమ్మాయిలతో ఆడుకోవడానికి ప్రేమ పేరు వాడతా అంది తెల్సా. ఎంత మందిని ఆడుకుని వాడుకున్నానో కౌంట్ చెప్పు దేవి అన్నాడు జై.

వెంటనే సుమిత్ర లేచి వచ్చి, రాజ్! నా మాటకి నన్ను క్షమించు, నాకు తప్ప నువ్వు ఎవరికీ ప్రేమికుడు కాదు. ఒకవేళ రేపు ఎవరైనా నిన్ను చూస్తే దాని కళ్ళు పీకేస్తా, నిన్ను ఆర్తిగా చూస్తే అవి నా కళ్ళు కావాలి, నిన్ను ప్రేమగా పిలిచేది నా మాట కావాలి, నీ మనసులో కామం అన్న ఆలోచన వస్తే అది నా కోసమే కావాలి. కాదు కూడదు అని ఇంకొకరు వస్తే నిన్ను ఏం చేయను, వాళ్ళని భూమి మీద లేకుండా చేస్తాను అంది.

ఎంటే ఇది అన్నాడు జై.

ఐ లవ్ యు రాజ్. నీకు ఒక భార్యగా, ప్రియురాలిగా ఏ లోటు చేయను, ఎప్పుడు తప్పుగా అర్థం చేసుకోను. నన్ను నీ మనసులో అలాగే ఉండనీ, నా బంగారు బావ అంది సుమిత్ర.

కానీ నేను అలిగాను కదా మరి అన్నాడు జై.

రాజ్.... ఉడడడడడడ అంది సుమిత్ర.

ఏంటి ఉడడడడడడ అంటున్నావ్ అని అడిగాడు జై.

అదా ఉమ్మ కావాలా అన్నాను రాజ్ అంది సుమిత్ర

అవునా, అంటూ సిగ్గు పడ్డాడు జై.అబ్బా ఎంత క్యూట్ ఉన్నావో సిగ్గు పడితే అంది సుమిత్ర.

ఎంటే నువ్వు అలా అంటున్నావ్ అంది శ్రీజ.

వదినా, రాజ్ కనపడని కనిపించే సిగ్గు చూడడం నాకెంత ఇష్టమో తెల్సా, అప్పుడు వాడ్ని ముద్దు పెట్టకుండా ఉండడం చాలా. కష్టం కూడా ఎన్ని సార్లు ఆ కష్టాలు పడ్డానో నీకేం తెల్సు వదిన అంది సుమిత్ర.

ఒసేయ్ ఒసేయ్ అసలు సిగ్గు లేదా నీకు అంది శ్రీజ.

అవును మరి నీలా అన్నకి తలుపు తీసి ముద్దు పెట్టి, అక్కడ మళ్ళా ఎవరన్నా వస్తే దూరం జరిగిపోను. నాకు ఇష్టం, ప్రేమ నా పెదవులు అలిసేవరకు రుచి చూపిస్తానే ఉంటా నా రాజ్ కి అంది సుమిత్ర.

అవునా అలాగా అయితే ఏం చేయమంటావ్ మమ్మల్ని అన్నాడు శ్రీ. ఇంకేం చేస్తావ్ అన్నా, నన్ను రాజ్ ని ఒంటరిగా వదిలేసి, రూమ్ లాక్ చేస్తే ఇద్దరం కాస్త విరహ బాధ నుంచి బైట పడతాం అంది సుమిత్ర.

ఒరేయ్ జై ని పట్టుకుని రాజ్ అంటోంది ఏంటిరా మరదలు పిల్ల అంది శ్రీజ.

నిన్ను అన్న మిల్కీబార్ అనడం లేదా, అలాగే నేను బావని రాజ్ అంటా. రాజ్ వెడ్స్ దేవి అలా అనుకుంటే ఆ అనుభూతే ఎంత హాయిగా ఉంది. వదినా, నా పూర్తి పేరు సుమిత్ర దేవి, బావ కి కూడా దేవి అని చెప్పాను.

బావ నాకు రాజ్ అని చెప్పాడు, నిజానికి మత్తులో నేనే నా రాజ్ వి నువ్వ అన్నా. బావకి నేను నచ్చాను కదా, నా పిలుపు కూడా నచ్చింది. మనం ప్రేమిస్తున్న వాళ్ళు ఎలా పిలిచినా అందులో ప్రేమే కనపడుతుంది కదా వదిన అంది సుమిత్ర.

అవును మా అమ్మ పేరు కూడా దేవి నే కదా అంది శ్రీజ.

అత్త పేరు సంజన దేవి, నా పేరు సుమిత్ర దేవి అంది సుమిత్ర.

ఏంటి అక్కా ఇది, అసలే పిల్లాడు ఆకలి మీద ఉన్నాడు, అలక ఆకలి తీర్చే మరదలు పిల్ల పక్కనే ఉంది, కాస్త వీళ్ళకి ప్రైవసీ ఇద్దాం అని లేదే నీకు అన్నాడు జై.

బావా! చూడు డైరెక్ట్ గా పొమ్మంటున్నాడు అంది శ్రీజ.

చూడమ్మా దేవి, ఎలా మాట్లాడుతున్నాడు అన్నాడు శ్రీ.

అన్నా అది... అంది సుమిత్ర.

ఏంటి అమ్మ దేవి, అన్నాడు శ్రీ, అంటే బావ చెప్పేది కరెక్టే కదా అన్న అంది సుమిత్ర.

ఆమ్మో బావ, మరదలు ఇద్దరు ఒకటి అయ్యారు అంది శ్రీజ. అవును అన్నాడు శ్రీ. సరే మీ ముద్దు ముచ్చట్లు అయితే తర్వాత ఏం చేయాలో ఆలోచిద్దాం అన్నాడు శ్రీ.

సరే బావ అన్నాడు జై. సరే పద బావా, మాట్లాడాల్సిన మాటలు నీతో చాలా ఉన్నాయ్, లాక్కు పోయింది శ్రీజ.

ఏంటి మేడం, ఇందాక ఏదో అంటున్నారు అని అడిగాడు జై.

రాజ్ అది అది అంది సుమిత్ర.

ఏంటి నేను ఒప్పుకోకుంటే బలవంతంగా పెళ్లి చేసుకుంటావా, అది కూడా కిడ్నాప్ చేసి అన్నవరం తీసుకెళ్లి, ఎవరి చేత కిడ్నాప్ చేయిస్తావ్, నీ బెస్ట్ ఫ్రెండ్ రాహుల్ గాడితో చేయిస్తావా?

బావ, వాడు నీ ఫోర్స్ తట్టుకోగలడా బావ. ఏదో నువ్వు దక్కలని అన్నా. నిన్ను కిడ్నాప్ చేసే మొనగాడు ఉన్నాడా డార్లింగ్ అంది సుమిత్ర.

అబ్బో దేవి గారు ఎంటి పొగుడుతున్నారు ఇవాళ, వాటితో సరిపెడదాం అనా అన్నాడు జై.

అయ్యో రాజ్! నిజమే చెప్తున్నా నేను, అసలు అలా ఎందుకు చేస్తా. నువ్వు అడిగావు అంటే చేయకుండా ఉంటానా నేను, నువ్వు సంతోషంగా ఉండడమే కావాలి బావ నాకు అంతే అంది సుమిత్ర.

బాగా ఆకలిగా ఉంది బంగారం అన్నాడు జై. అవునా డార్లింగ్ అంటూ వచ్చి తన పెదవులతో జై పెదవులు అందుకుంది సుమిత్ర. అలా వాళ్ళు ఒక పది నిముషాలు ఉండగా, దేవి! నాకు ఇంకా ఎదరకు పోవాలి అని ఉంది అన్నాడు జై.

బావా! నువ్వు అడిగితే నేను కాదంటానా చెప్పు అంది సుమిత్ర. అవునా అంత ప్రేమ ఉందా అన్నాడు జై.

నువ్వు మొదలు పెట్టు నీకే తెలుస్తుంది అంది సుమిత్ర. సుమిత్ర నడుము పట్టుకుని ముందుకు లాగి, మెడపై ముద్దు పెడుతూ ఉన్నాడు జై. లవ్ యు రాజ్ అంటూ గట్టి గట్టిగా అరుస్తోంది సుమిత్ర.

వెంటనే జై వెనక్కి జరిగి చాలా ప్రేమ ఉంది కానీ, ఇదంతా మన పెళ్ళి అయ్యేదాకా దాచుకో, అప్పుడు మొత్తం ప్రేమ రుచి చూసేస్తా అన్నాడు జై.

రాజ్, ఇలా మొత్తం వేడి ఎక్కించి వదిలివేయడం మహా పాపం అంది. సుమిత్ర, పర్వాలేదు కొన్ని పాపాలు మంచి కోసం చేయాలి అంటూ మళ్ళా సుమిత్ర ని దగ్గరగా లాక్కుని కింది పెదవి మీద సన్నగా కొరికాడు జై.

సరే ఇక ఇవన్నీ దేనికి, పద వెళ్దాం. అన్న చెప్పినట్టు చేసి అత్త ని వాళ్ళ అన్న దగ్గరికి చేర్చాలి. ఇంకా ముఖ్యంగా కోడలిగా అత్త ఇంటిలోకి, భార్యగా నీ గదిలోకి, చెలిగా నీ మంచం మీదకి ప్రవేశించాలి అంది సుమిత్ర.

నువ్వు అన్నింటికీ ఎప్పుడో అర్హత సాధించావు అన్నాడు జై.

ఎలా అంది సుమిత్ర. ఎలా అంటే నా మనసులోకి ప్రవేశించావు కదా అన్నాడు జై.

అవును కదా, సరే మంచి విషయం చెప్పావు అంది సుమిత్ర.

అయితే పద వెళ్దాం. మా అక్క. బావలు ఏం చేస్తున్నారో అన్నాడు జై.

హమ్మో వదిన అసలే ఫైర్ బ్రాండ్, ఏం చేస్తోందో ఏంటో, అసలే అన్న అమాయకుడు అంది సుమిత్ర.

అబ్బో దేవి మీ అన్న అంత సుకుమారం ఏం కాదు లెండి అన్నాడు జై.

సర్లే పద వెళ్దాం అంది సుమిత్ర.

ఇద్దరు బైటకి వచ్చారు, అక్కడ అందంగా ఉన్న పూల మొక్కల దగ్గర కూర్చుని కబుర్లు చెప్పుకుంటున్నారు శ్రీజ, శ్రీ. ఒక చామంతి పూవు శ్రీజ బుగ్గని తాకుతూ ఉండగా, మరొక చామంతి పూవు శ్రీ చెవిని తాకుతోంది. సమయం ఆరు గంటలు అవుతోంది. సూరీడు అస్తమిస్తూ ఉన్న సమయాన, ఎదురు ఎదురుగా వాళ్ళ ముఖాల మీద తగిలి తగలని ఆ సూర్య రశ్మి వాళ్ళ మాటలు కోసం పెదవులు కదులుతూ ఉంటే, కళ్ళలో ఒక్కళ్ళ మీద ఒకరికి ఉన్న ప్రేమ కనబడుతూ ఉంటే, ఇంత కాలం వారు ఒకరినొకరు ఎంత మిస్ అయ్యారో తెలుస్తూ ఉంటే, అది చూసే వాళ్ళకి ప్రేమ ఇంత ఆనందంగా ఉంటుందా అన్నట్టు కనిపిస్తోంది.

అలా వాళ్ళని చూసిన సుమిత్ర, జై లు ఎంత అందంగా ఉంది చూడడానికి ఈ సన్నివేశం అనుకోకుండా ఉండిపోయారు.

ఇంత అందంగా ప్రేమించుకుంటున్న వాళ్ళని డిస్టర్బ్ చేయడం ఎలా బావ అంది సుమిత్ర.

అసలు డిస్టర్బ్ అవుతారా అన్నాడు జై.

ఏమో అంది సుమిత్ర.

ఐడియా అన్నాడు జై, ఏంటి అంది సుమిత్ర.

అంటే నువ్వు నాకు కాల్ చేయి, వాళ్ళ చుట్టూ నడుస్తూ మాట్లాడదాం అన్నాడు జై.

అవునా సరే అని జై మొబైల్ కి కాల్ చేసింది సుమిత్ర.

ఇద్దరు శ్రీజ, శ్రీ చుట్టూ చేరి గట్టిగా మాట్లాడుకుంటున్నారు. అసలు ఎంత మాట్లాడినా వాళ్ళు మాత్రం చూపులు మరల్చలేదు, మాటలు ఆపలేదు, అలాగే వాళ్ళ పని చేసుకుంటున్నారు.

సుమిత్ర ఇంక నా వల్ల కాదు రాజ్ అంది, నా వల్ల కూడా కాదు అన్నాడు జై.

సరే అని ఇద్దరు ఒకేసారి అన్న, అక్క అన్నారు. వాళ్ళు ఇద్దరు వీళ్ళ ఇద్దరి చెవి పట్టుకున్నారు.

కాస్త చూసుకోవాలి కదా అక్క అన్నాడు జై. ఓరేయ్ బుజ్జి తమ్ముడా మీరు వచ్చినపుడే మాకు తెలుసు కానీ, ప్రేమలో ఉన్నపుడు పరిసరాల కంటే ప్రేమించిన వాళ్ళు ముఖ్యం, అవసరం అనుకుంటే తప్ప బైటకి రారాదు అంది శ్రీజ.

అవునా సరే అన్నాడు జై.

అవును అమ్మ! నువ్వు కూడా మీ వదిన దగ్గర ట్రైనింగ్ తీస్కో అన్నాడు శ్రీ.

సరే అన్నా! మా ప్రేమ కోసం ఏదో మాట్లాడతా అన్నావ్, అదేంటో చెప్పు అంది సుమిత్ర.

సరే మనం ఇప్పుడే అత్త దగ్గరకి స్టార్ట్ అవుదాం అన్నాడు శ్రీ.

సరే అన్నారు అందరు.

నలుగురు కార్ లో బయలుదేరారు. ముందు ఏమో జై డ్రైవ్ చేస్తుంటే పక్కన సుమిత్ర కూర్చొంది వెనక శ్రీ, శ్రీజ ఆనందంగా కూర్చొన్నారు.

అప్పుడే ఒక ఆమె శ్రీ కాపాడు అంటూ అరుస్తోంది, వీళ్ళ ముందు ఉన్న వాన్ నుంచి అద్దం తెరిచి.

ఎవరా అని చూస్తూ ఉన్నాడు జై. బావా! ఎవరో శ్రీ కాపాడు అని అరుస్తున్నారు, నీకు తెలుసా ఎవరో అన్నాడు జై.

అమ్మాయి ఆపదలో ఉంటే ఎవరైనా కాపాడడమే మన పాలసీ అన్నాడు శ్రీ. అబ్బో నాది కూడా అదే పాలసీ, అందుకే మీ చెల్లి దొరికింది నాకు అన్నాడు జై.

అవునా అంది శ్రీజ, హో అంది సుమిత్ర. మీ అన్న ఫైట్ కి నేను, నా తమ్ముడు ఫైట్ కి నువ్వు ఫ్లాట్ అన్నమాట అంది శ్రీజ.

ఇంకో సారి మన హీరోల ఫైట్ చూడాల్సిన అవసరం ఉందేమో అంది సుమిత్ర.

ఎందుకు అన్నాడు జై. అక్కడ అమ్మాయి పరిస్థితి చూడు అన్నాడు శ్రీ. ఆమె ముందుకు అద్దాన్ని కొడుతూ అరుస్తోంది, కానీ ముగ్గురు అబ్బాయిలు వెనక్కి లాగుతూనే ఉన్నారు. అత్యాచారం చేద్దామని విఫలయత్నం చేస్తున్నారు.

బావా! ఏం చేయమంటావ్ అన్నాడు జై. ఓరేయ్ ఏం చేయాలో నీకు తెలీదా అన్నాడు శ్రీ. అర్జునుడికి కూడా ఏం చేయాలో తెలుసు బావ, కానీ శ్రీ కృష్ణ పరమాత్మ ని ఎందుకు అడుగుతాడు, ఆ శ్రీ కృష్ణుడుకు ఇవ్వాల్సిన గౌరవం ఇవ్వాలి అని అడుగుతాడు, లోకానికి గీత సారం తెలియాలి కాబట్టి అర్జునుడు శ్రీ కృష్ణుడుని అడిగాడు. అలాగే మన ప్లాన్ మన పాపలకి తెలియాలి కదా బావ, అందుకే నేను నిన్ను అడిగా అన్నాడు జై.

సరే అర్జునా, శెలవు ఇస్తాను విని చేరుకో గమ్యాన్ని అన్నాడు శ్రీ.

శెలవు ఇయ్యి కృష్ణ అన్నాడు జై. మీ కృష్ణ, అర్జున నాటకం తర్వాత, ముందు అక్కడ అమ్మాయి గోల చూడండి అంది శ్రీజ.

తర్వాత బ్రిడ్జి వస్తోంది, అప్పుడే వాళ్ళని క్రాస్ చేసి మన కార్ అడ్డంగా ఆపు అన్నాడు శ్రీ. వాళ్ళు ఆగుతారు, మన తడాఖా అప్పుడు చూపించాలి అన్నాడు శ్రీ. సరే అన్నాడు జై.

జై బ్రిడ్జి రాగానే ఫోర్స్ గా వాళ్ళని ఓవర్ టేక్ చేసి వాళ్ళ కార్ ముందు ఆపాడు కార్.

కార్ ఆగగానే చాలా, వేగంగా దిగాడు శ్రీ సడన్ గా కార్ ఆగడంతో ఏమైందా అని, అమ్మాయిని వదిలి బైటకి వచ్చారు వాళ్ళు ముగ్గురు.

ఆ గ్యాంగ్ లీడర్ ఎవరో కాదు, డబ్బు అధికారం తండ్రికి ఉన్నాయి అని ఇలాంటి అఘాయిత్యాలు ఎన్నో చేసి, సుమిత్రని కూడా బలవంతం చేసి జై చేతిలో చావు దెబ్బ తిన్న రాహుల్.

ఎవడ్రా నువ్వు అంటూ శ్రీని ఆడిగాడు రాహుల్. ఎదురుగా అమ్మాయిని ఏడిపిస్తున్న వాళ్ళ తాట తీయడానికి పరిచయాలు ఎందుకురా అన్నాడు శ్రీ.

వాడి తాట ఒక్కటే కాదు బావ, వాడి శరీరం లో ఉన్న పార్ట్స్ అన్ని విడదీసి, ప్రాణం ఒకటే ఉంచాలి.అప్పుడు వాడు సెట్ అవుతాడు బలుపు తగ్గి అన్నాడు జై కూడా కార్ దిగి.

అబ్బో, ఆరోజు మేము మందు మైకం లో ఉంటే కొట్టడం కాదు, ఈరోజు వేట కోసం వెళ్ళే పులుల్లా ఉన్నాం, నీ అంతు నీ బావ అంతు తెలుస్తాం కదా అన్నాడు రాహుల్. అప్పుడే కార్ దిగి బైటకి వచ్చారు సుమిత్ర, శ్రీజ.

అబ్బో మాకు వన్ ప్లస్ టూ ఆఫర్ ఇద్దాం అని వచ్చారా అన్నాడు రాహుల్. మేము ఎత్తుకొచ్చిన క్యూట్ గర్ల్ కావ్య, ఇంకా హాట్ గర్ల్ సుమిత్ర బేబీ. ఏంటి బేబీ హాట్ డ్రెస్ కాస్త పద్ధతిగా డ్రెస్ వేసింది, నిజానికి ఈ డ్రెస్ లో ఇంకా హాట్ ఉన్నావ్ డార్లింగ్ అన్నాడు రాహుల్ సుమిత్రని చూసి. ఈ అమ్మాయి ఎవరో నాకు తెలీదు కానీ చాల స్వీట్ గా ఉంది చూడడానికి, మిల్క్ బార్ లాగే ఉంది. ఇలా మాకున్న క్యూటీ తో పాటు స్వీటీ, హాటీ ని కూడా ఇచ్చి పోవడానికి వచ్చారా అయితే అన్నాడు రాహుల్.

రాహుల్, నువ్వు అన్నది కరెక్ట్..నా పేరు మిల్క్ బార్ రెండవది మా తమ్ముడు చేతిలో చావు దెబ్బ తిన్నా, ఇంకా నువ్వు మారలేదు అంటే నా బావ దెబ్బ కూడా చూడాల్సిందే. అయినా మా

తమ్ముడినే తట్టుకోలేకపోయావ్, ఇంకా బావ, తమ్ముడు కలిసి వస్తే ఏం తట్టుకుంటావు చెప్పు అంది శ్రీజ.

ఏంటే మరీ ఓవర్ చేస్తున్నావు అన్నాడు రాహుల్. ఏం ఓవర్ చేసేది నువ్వు, ఓవర్ ఆక్షన్ చేయకు. మా బావని తట్టుకోలేవు అన్నని కూడా తట్టుకోలేవు అని నాకు అనిపిస్తోంది. అందుకే నేను ఒక పందెం వేస్తాను, నువ్వు గెలిస్తే నీతో పాటు వచ్చేస్తా రాహుల్ అంది సుమిత్ర.

మా వాళ్ళు ఓడిపోతే నువ్వు చెప్పిన వన్ ప్లస్ టూ ఆఫర్ నాకు కూడా ఓకే అంది శ్రీజ.

అవునా సరే అయితే పందెం ఏంటో చెప్పు అన్నాడు రాహుల్.

వెంటనే జై, శ్రీ లు మీకు ఏమన్నా పిచ్చి పిచ్చి గా ఉందా, ఇలాంటి వాటిపై పందెములు ఏంటి అన్నారు.

బావా! నీ మీద నమ్మకం అలాంటిది అన్నారు సుమిత్ర, శ్రీజ ఒకేసారి జై, శ్రీ లని చూస్తూ ఏంటి భయం వేస్తోందా అన్నాడు రాహుల్.

మరి ఇంత ఓవర్ ఎక్స్పెక్టేషన్ తట్టుకోవడం కష్టమే అన్నారు ఒకేసారి జై, శ్రీ సుమిత్ర ఇంకా శ్రీజతో.

ఏం   జరిగింది పందెం చెప్పుకుండా ఓడిపోతాం అని భయపడుతున్నారు అన్నాడు రాహుల్.

సుమిత్ర కోపం నషాళానికి అంటింది. వదినా, తొందరగా పందెం ఏంటో చెప్పు అంది. దానికి శ్రీజ వినురా రాహుల్, మా బావ మీద కానీ తమ్ముడు మీద కానీ ఒక దెబ్బ పడ్డా, మేము ఓడినట్టు నువ్వు గెలిచినట్టు అంది.

ఇక అంతే ఆ ఒక్క దెబ్బ కొట్టాలని రంగం లోకి దిగారు రాహుల్ అండ్ గ్యాంగ్, ఆ దెబ్బ వేయడానికి విఫలయత్నం చేసారు, దాదాపు అరగంట సేపు ఆ వేట సాగింది. జై, శ్రీ లు ఇద్దరు కూడా ఒక్క దెబ్బ తినకుండా వాళ్ళని చితక్కొట్టారు.

శ్రీజ, సుమిత్ర ఆ అమ్మాయి దగ్గరకు వెళ్ళారు.

శ్రీజ ఆమెతో నీ పేరు కావ్య అని ఆ రాహుల్ అన్నాడు, అదేనా. అసలు ఏంటి గొడవ అని అడిగింది.

నిన్ను చూస్తుంటే పార్టీ గర్ల్ లా లేవు, ఈ రాహుల్ గాడితో ఏంటి అంది సుమిత్ర.

అసలు మా బావ నీకెలా తెలుసు అన్నాడు జై.

తనని చెప్పనివ్వండి అన్నాడు శ్రీ.

కావ్య చెప్పడం మొదలు పెట్టింది. నా పేరు కావ్య, శ్రీ పని చేస్తున్న సాఫ్ట్‌వేర్ కంపెనీ లో జూనియర్ ప్రోగ్రామర్ గా గత సంవత్సరం చేరాను. ఈ రాహుల్ మంత్రి కొడుకు కావడం వల్ల సాఫ్ట్‌వేర్ లో కొంత మంది అమ్మాయిలతో పరిచయాలు, ఇంకా అనేక బంధాలు ఉన్నాయి పార్టీస్ పబ్ అంటూ తిరిగే వాళ్లతో. అలా నాకు బాగా తెలిసిన స్కూల్ ఫ్రెండ్ ఒకామెకి వీడు చాల క్లోజ్ దోస్త్, వాళ్ళు అన్నీ షేర్ చేసుకుంటారు. ఈ రాహుల్ గాడికి పెళ్లి కూడా కుదిరింది, నా దోస్త్ వీడితో ఎంజాయ్ చేయడానికి టూర్స్ పోతోంది. ఇవన్నీ నాకు తెలీదు కానీ ఒకరోజు అది నన్ను దాని బర్త్‌డే పార్టీ కి పిలిచింది, అది ఇచ్చిన అడ్రస్ కి గూగుల్ మ్యాప్ పెట్టుకుని లైవ్ లొకేషన్ ద్వారా పోతే, అదో పబ్. ఏంటే ఇది అంటే ఎంజాయ్ ద్యూడ్ అంటూ కేక్ తినిపించి మత్తుగా చెప్తోంది. ఇంకా అందరు ఉన్న సిచ్యుయేషన్ అర్థం అయ్యి వెళ్లిపోదాం అనుకుని దానికి చెప్తా ఉండగా, వెళ్లి డాన్స్ చేద్దాం అంటూ ఫ్లోర్ మీదకి లాక్కు వెళ్ళింది.

అప్పుడు రాహుల్ గాడు హాయ్ బేబీ అంటూ వచ్చి దాన్ని పట్టుకున్నాడు. నన్ను చూసి, ఎవరు ఈమె ఇంత హాట్‌నెస్ లో చాలా క్యూట్ గా ఉంది అంటూ అడిగాడు. దానికి నా దోస్త్ చాలా అందంగా ఉంది కదా, చూడగానే నీకే కేక అనిపించింది కదా అంది. నా దోస్త్, ఆమె మాటలు మంచిగా అనిపించక నే పోతున్నా అని వెనుతిరుగుతూ ఉంటే నా చేయి పట్టుకున్నాడు రాహుల్. నా దోస్త్ ఏమో అంత అందంగా ఉన్నపుడు ముచ్చట పడుతున్నాడు, ముగ్గురం రూమ్ కి పోయి ఎంజాయ్ చేద్దాం అంది.

ఒక క్షణం అలా ఉన్న నేను, రెండవ క్షణం నా కుడి చేతి వేలి ముద్ర ఆమె బుగ్గపై పడింది. రాహుల్ ని విదిలించుకుని అక్కడ నుండి పరుగు తీసాను.

తీస్తూ తీస్తూ ఉన్నాను, ఒకచోట తప్పించుకోగలిగాను.

అప్పుడు వాడు వెతికి అలిసిపోయి ఇంటికి వెళ్లిపోయాడు, కానీ ఇవాళ మళ్ళా వాడికి చిక్కాను, అలా చెప్పి ఆగింది కావ్య.

నా ఆఫీస్ లో పని చేస్తున్నావా నువ్వు, కనీసం ఎప్పుడు చూసినట్టు కూడా లేదు అన్నాడు శ్రీ.

నేను వేరే ప్రాజెక్ట్ శ్రీ, మీరు మా కాలేజీ క్యాంపస్ ఇంటర్వ్యూ చేయడానికి వచ్చారు. నాకు మొత్తం మూడు కంపెనీ లో జాబ్ వచ్చాయి, అందులో మీ కంపెనీ ఆఫరే తక్కువ కానీ నేను జాయిన్ అయ్యాను. ఇంకా మీ పేరు, పని చేసే ప్రాజెక్ట్, మీ పెళ్లి లావణ్య తో అవ్వడం, మీరు విడిపోవడం, ఇంకా లావణ్య మిమల్ని చేసిన మోసం, ఇంకా ఇప్పుడు మీరు శ్రీజ ప్రేమలో పడడం అన్ని తెలుసు అంది కావ్య.

ఎందుకు ఇన్ని మా బావ కోసం తెలుసుకున్నావ్ అంది శ్రీజ, అవును ఎందుకు అన్నాడు శ్రీ.

ఐ లవ్ యు శ్రీ అంది కావ్య.

అడిగావు కాబట్టి ప్రేమించాను అని చెప్పాను శ్రీ అంది కావ్య. ఏంటే పిచ్చిపిచ్చగా ఉందా, పోనిలే ఆడపిల్ల అని కాపాడితే, ఇలా లవ్వు, కొవ్వు అంటావా అంది శ్రీజ. మా బావని నాకు దూరం చేస్తావా అంది శ్రీజ ఆగి ఆగి కోపంగా చూస్తూ కావ్య ని.

అప్పుడు కావ్య మీది మాత్రం లవ్వా, నాది కాదా. శ్రీ అందం, క్లారిటీ, ఇంకా అతనికి పెద్దల మీద అభిమానం, అమ్మాయిల మీద బధ్యత అన్నీ నాకు తొలిసారి కలిసినపుడే నచ్చాయి. అందుకే పెద్ద ఆఫర్స్ వదిలి శ్రీ కంపెనీ లో జాయిన్ అయ్యాను, నా ప్రేమ చెపుదాం అనేసరికి లావణ్య తో పెళ్లి అయింది. సరే వాళ్ళు బాగుంటే చాలు, నన్ను ప్రేమించే లేదా పెళ్లి చేసుకునే వాళ్ళకి నా ప్రేమ మొత్తం చూపిద్దాం అని డిసైడ్ అయ్యా. కానీ లావణ్య మాత్రం ఇలా చేసి వెళ్ళిపోయింది. తన మీద కోపం, అసహ్యం అన్నీ వచ్చి బాధపడ్డా. నా ప్రేమ మెచ్చి దేవుడు కరుణించాడు అనుకున్నా. అలా అనుకుని శ్రీ ఇంటికి బయలుదేరా నా ప్రేమ చెప్పడానికి.అప్పుడు శ్రీ ఇంటి తలుపులు తెరచి ఉన్నాయ్, అక్కడ శ్రీజ తన ప్రేమ గురించి శ్రీ కి చెప్తోంది. అన్నీ విన్నా. నా కన్నా ముందు, నాకంటే ఎక్కువ తాను శ్రీ ని ప్రేమిస్తోంది. ఇంకా ముఖ్యమైన విషయం శ్రీ కి ఆమె అంటే ఇష్టం,కానీ నేను ఎవరో కూడా తెలీదు, అంటే మనం అనుకుంటే సరిపోదు కదా. అక్కడ సినిమా హీరో హీరోయిన్ లని కూడా చాలా మంది లవ్ చేస్తారు, వాళ్ళని సూపర్ ఫాన్స్ అంటారు,కానీ వాళ్ళు వాళ్ళకి నచ్చినవాళ్లనే చేస్తారు.అలా ఇక్కడ శ్రీ కి నేను సూపర్ ఫ్యాన్ అంతే. అలా సూపర్ ఫ్యాన్ లవర్ గా మారాలి అంటే అదృష్టం ఉండాలి. అతని చేత తాళి కట్టించుకోవాలి అంటే పెట్టి పుట్టి ఉండాలి, అవి నాకు లేవు అంది కావ్య.

అలా అని ఏడుస్తూ ఉంది ఆగకుండా.

సుమిత్ర తల పట్టుకుంది. నీకు ఏమైందే నేను కదా బాధపడాలి అంది శ్రీజ.

వదినా, నాకో విషయం అర్థం అయింది, చూడడానికి సూపర్ గా ఉండే అమ్మాయిలు అంతా ఆవారా గాళ్లని ఎందుకు లవ్ చేస్తారో తెలుస్. వాళ్ళకి వేరే ఆప్షన్ ఉండదు, వీళ్ళు ప్రేమ లో ముంచి తెలుస్తారు. అప్పుడు వదిలితే అమ్మాయిలు వదలాలి, అబ్బాయిలు వదలరు. ఒకవేళ వదిలినా మళ్ళి వాళ్ళని ఓదార్చి లవ్ లోకి దింపే వాళ్ళు ఉండనే ఉండరు అంది సుమిత్ర.

అయితే ఇప్పుడు ఏమంటావ్ అంది శ్రీజ.

మా అన్న, మీ తమ్ముడు ఇద్దరు అందం, తెలివి, బలం అన్ని విషయాల్లో నెంబర్ వన్ ఉంటారు. ఇంకా అమ్మాయిల కంతా కావాల్సిన లక్షణాలు వాళ్లలో ఉంటాయి. ఇంక ఏం మనం దూరం పోతే వేరే వాళ్ళు వచ్చేస్తారు వాళ్ళ కోసం, జీవితం మొత్తం ఈ భయంతో బ్రతకాలి అంది సుమిత్ర.

అవునా, నువ్వు చెప్తుంటే నాకు కూడా భయం వేస్తోంది. అసలు అంతా ఈ కావ్య వల్ల వచ్చింది, నా బావే కావాలా నీకు లవ్ చేయడానికి అంది శ్రీజ.

అక్కా, నేను లవ్ మాత్రమే చేశాను, నేను చేసే టైం కి అతను మీ బావ అని తెలీదు, కమిటడ్ అని తెలీదు ఇంకెలా. ప్రేమ నాకేం చెప్పి రాలేదు కదా అంది కావ్య.

అక్కా, అన్నావ్ అంటే తోలు తీసి చేతిలో పెడతా ఏమనుకున్నావో, ఐనా ఏమంటావ్ ఇప్పుడు అంది శ్రీజ.

అక్కా, మీరు కంగారు పడకండి నేను ప్రేమించాను అని చెప్పాను, నా జీవితంలోకి ఇంకొకరు ప్రవేశించే వరకు ఈ ప్రేమ ఉంటుంది నా మనసులో. అంతే కానీ నేను మిమల్ని మోసం చేయను, అలాగే నా జీవితంలోకి వచ్చేవాడిని కూడా. నేను వేరే బంధం లోకి అడుగు పెడతాను, అది కూడా నా మనసంతా నా భాగస్వామిని నింపుకుని అంది కావ్య.

శ్రీజ వెంటనే కావ్య ని గట్టిగా వాటేసుకొని, మనసు ఒకరి మీద ఉన్నపుడే బంధం అన్నావ్ చూడు, నువ్వు చాలా చాల గ్రేట్ కావ్య. అందరికి ఈ విషయం తెలియాలి, మనం ఎవరిని పేమిస్తామో అదే ప్రేమ కాదని, మనల్ని ప్రేమించే మనిషిది కూడా ప్రేమ అని, వారిని ప్రేమించగలిగితే జీవితం ఆనందంగా ఉంటుంది. లేని ప్రేమని తలుచుకుంటూ, ఉన్న ప్రేమకి తిలోదకాలు ఇస్తే జీవితం మొత్తం ప్రేమ లేదని ఏడవడమే అని ముందే తెలుసుకున్నావ్ చెల్లి. మనస్ఫూర్తిగా నిన్ను చెల్లి అంటా అంది శ్రీజ.

థాంక్ యు అక్క అంది కావ్య. కావ్య ని ఇంటిలో దింపి దేవి గారు దగ్గరకి వెళ్ళారు సుమిత్ర, శ్రీజ, శ్రీ మరియు జై.

సుమిత్ర ని చూడగానే అక్కున చేర్చుకున్నారు దేవి గారు, కానీ అక్కడ శ్రీ ని శ్రీజ తో చూడగానే దేవి గారు కోపం తో రగిలిపోయారు.

ఎందుకు బాబు, లావణ్య జీవితం నాశనం చేసావ్, ఇప్పుడు శ్రీజ జీవితం కూడానా, మా కుటుంబం ని ప్రశాంతంగా ఉండనివ్వవా అని అడిగారు దేవి గారు.

అప్పుడే ఇంట్లోకి వచ్చిన రాఘవ గారు, లావణ్య కూడా మా కూతురులానే బాబు, ఆమెకే విడాకులు ఇచ్చావు, మేము ఇప్పించాము. ఇంకా మా ఇంట్లో మళ్ళా అల్లుడుగా ఎలా చేస్తాము అనుకున్నావ్ అన్నారు.

మావయ్య, అత్తయ్య నాకోసం తర్వాత కొట్టుకోవచ్చు, ముందు జై ప్రేమ సంగతి చూడండి అన్నాడు శ్రీ. జై నువ్వు ఎవరినైనా ప్రేమించావా అని అడిగారు రాఘవ గారు. సుమిత్ర ని ఆయన ఎదురుగా నిలబెట్టాడు జై.

అచ్చు తన భార్యలానే ఉన్న సుమిత్ర ని గుర్తు పట్టడానికి ఎంతో టైం పట్టలేదు రాఘవ గారికి. నువ్వు విజయ్ కూతురువి కదమ్మా అన్నారు ఆయన. దానికి అవును మావయ్య అంటూ కాళ్ళ మీద పడింది సుమిత్ర. మనస్ఫూర్తిగా ఆశీర్వదించాడు ఆయన. నా పేరు సుమిత్ర దేవి అని చెప్పింది సుమిత్ర.

ఒరేయ్ జై, మనం మీ మామ వాళ్ళ తాహతు కి తగిన వాళ్ళం కాదు రా, సుమిత్రని మర్చిపో అన్నారు రాఘవ గారు. దానికి, ప్రేమ కి తాహతుతో పోలిక ఏంటి నాన్నా. ఐనా అసలు ఏం జరిగింది, అక్క కూడా అలానే అంటోంది సుమిత్రని, మీ తాతకి డబ్బు పిచ్చి, నాన్నకి కుల పిచ్చి అని అంది. ఎందుకు అలా మరి అమ్మ, నువ్వు నాకు ఎప్పుడు చెప్పలేదు అని అడిగాడు జై.

చెప్పే అవసరం ఎప్పుడు రాలేదు మరి,సరే ఇప్పుడు చెప్తాను లే,అంతా వినండి అన్నారు రాఘవగారు. అందరికి కావాల్సింది అదే కావడంతో శ్రద్ధగా వినడానికి రెడీ అయ్యారు అందరు.

రాఘవగారు చెప్పడం మొదలు పెట్టారు, నేను(రచయిత) మీకు చెప్తున్నా.

నరేంద్ర వర్మ గారి దగ్గర ఒక గుమస్తాగా పనిచేసేవారు రాఘవ గారి నాన్నగారు రాజశేఖర్ గారు. రాఘవ, సంజన ఒకే ఈడు వారు. విజయ్ పెద్ద, రాఘవ గుణ గణాలు నరేంద్ర గారికి ఇష్టం. రాఘవ, సంజన చనువుగా ఉండడం చాలా సార్లు చూసినా ఏమి అనేవాడు కాదు.

అది గమనించిన సంజన నాన్నకి కూడా రాఘవ అంటే ఇష్టం అని ఇంకాస్త చనువుగా ఉండడం మొదలు పెట్టింది. సంజన తనని ప్రేమిస్తోంది అని తెల్సిన రాఘవ గారు కొద్దిగా దూరం ఉండడం మొదలు పెట్టారు. దాంతో సంజన తన ప్రేమని వ్యక్త పరిచింది, ముందు వద్దు వద్దు అంటూ ఉన్న రాఘవ గారు ఎంత బెట్టు చేసినా, అంతకు పదింతలు ప్రేమతో సంజన గారు మనసు గెలిచారు.

నరేంద్ర గారికి కూడా సంజన ని రాఘవగారికి ఇచ్చి చేయాలి అని ఉండేది. కానీ అప్పుడే పెద్ద చిక్కు వచ్చి పడింది. అదే శకుంతల దేవి తమ్ముడు నిరంజన్, అతను సంజన కంటే ఐదు ఏళ్ళు పెద్ద. శకుంతల గారు ఇచ్చిన చనువు తో అతను సంజనదేవి వెంట పడేవాడు.

ఒకరోజు అమ్మాయికి ఒక సంబంధం చూసా అని అన్నారు నరేంద్ర గారు శకుంతల గారితో. ఇంట్లో నిక్షేపం లాంటి నా తమ్ముడిని పెట్టుకుని ఇంకో సంబంధం ఏంటి అండి, అయినా ఆస్తిలో మనతో సరి తూగేవాడు వద్దా అంది. అప్పుడే వాళ్ళ నాన్నతో ఏదో పని ఉండి వచ్చిన రాఘవగారు ఈ మాట విన్నారు. మనకంటే పది రెట్లు ఆస్తిపరుడే అన్నారు నరేంద్ర గారు.

అసలు ఆస్తే లేని రాఘవ గారు కళ్ళలో నీళ్ళు కారుతుంటే అక్కడ నుంచి వెళ్ళిపోయారు.

సంజన ని కలిసి విషయం చెప్పి, ఇంటికి వెళ్ళి ఏడుస్తూ అలాగే పడుకున్నారు రాఘవ గారు. కాసేపటికి కట్టు బట్టలతో రాఘవ గారు ఇంటికి వచ్చింది. రాఘవ గారు ఏమైంది అని అడిగితే

నాన్న నువ్వు ఉన్నపుడు ఆస్తి అన్నారు. ఇందాక అమ్మ అన్నయ్య మాట్లాడినపుడు విన్నాను, అమ్మ ఏమో ఆస్తి పక్కన పెడితే ఏ కులం ఐనా ఎలా ఒప్పుకుంటారా అంది. మా అన్న ఏమో, అవును అమ్మా! కచ్చితంగా మన కులం వాడు అయి ఉండాలి అన్నాడు అని చెప్పారు సంజనగారు.

నువ్వు ఎందుకు ఇలా వచ్చావు అని అడిగారు రాఘవ గారు, నన్ను ఎటైనా తీసుకెళ్ళు అన్నారు సంజనగారు.

మనం ఎక్కడికి వెళ్ళినా వెతికి చంపేస్తారు, దానికంటే మనం చావడం మంచిది అన్నారు రాఘవ గారు.

అలాగే చేద్దాం అని రాఘవ గారితో పాటు కదిలారు సంజన గారు.

ఇద్దరు ఊరు చివర ఉన్న కొండ దగ్గరకి వెళ్ళారు, చనిపోదాం అనుకున్నారు, కానీ కొద్ది సేపు మాట్లాడుకుందాం అనుకున్నారు. ప్రేమ అంత నేరమా, నిజమైన ప్రేమ చనిపోవాల్సిందేనా అని అడిగారు సంజన గారు, కాసేపు ఆలోచించారు రాఘవ గారు.తర్వాత ఊరిలోకి వెళ్ళి వాళ్ళ ఇద్దరికే వేరే దుస్తులు తెచ్చాడు, ఇద్దరు బట్టలు మార్చుకుని వాళ్ళ బట్టలు దగ్గర లో ఉన్న దిష్టి బొమ్మలకి కట్టి సగం సగం కాల్చి వేశారు. వారు వేరే ఊరికి వెళ్ళిపోయారు.

శ్రీజ పుట్టినపుడు ఎవరు సహాయం లేకపోవడం వల్ల చాలా ఇబ్బంది పడ్డారు, కానీ జై పుట్టినపుడు చాలా మంది స్నేహితులే చుట్టాలు అయ్యారు. అప్పుడే ఈ విషయం కొద్దిగా కొద్దిగా మాట్లాడం వల్ల శ్రీజ కి కాస్త అర్థం అయింది. జై ఎదిగే సమయానికి అంతా మర్చిపోయారు జరిగిన విషయం.

ఇలా చెప్పడం ముగించారు రాఘవ గారు.

జై కి, శ్రీజ కి కళ్ళల్లో నీళ్లు వచ్చాయి. సుమిత్ర ఆలోచించడం మొదలు పెట్టింది. అత్త, మావయ్య! నేను ఒక విషయం చెప్తాను, శాంతంగా వినండి అంది సుమిత్ర.

చెప్పు అన్నారు సంజన గారు. అత్త, తాత బ్రతికి ఉన్నంత కాలం నిన్నే తలుచుకున్నారు డబ్బు ఉన్నవాళ్ళకి ధైర్యం ఉంటుంది అని, లేని వాడ్ని ప్రేమించడం వల్లే అత్త చనిపోయింది అని, లేని వాడ్ని నమ్మా అని, ఆ నమ్మకం కొంప ముంచింది అని బాధ పడేవారు. ఇంకా నాన్న ఎప్పుడు మంచి గుణం కి మించిన కులం లేదు అని చెప్పేవారు. మీరు వాళ్ళ దగ్గరకి వెళ్ళి విషయం చెప్పి, వాళ్ళు వద్దు అనడం జరగలేదు. నేను మీ కథ విన్నాను. ఒకసారి బావని తీసుకుని ఇంటికి వెళ్తాను. మా నాన్న మాట కూడా ఒకసారి వింటాము, మీకు వినిపిస్తాము అంది సుమిత్ర.

కాసేపు ఆలోచించిన రాఘవ గారు సరే అన్నారు. అక్కడ వీడియో కాల్ ఆన్ లో పెడతా అన్నాడు జై. కొన్ని సంవత్సరాలు తర్వాత వాళ్ళ అన్నని చూడబోతున్నా అన్న ఆనందం కనపడుతోంది సంజన ముఖం లో. జై, సుమిత్ర బయలుదేరడానికి బైటకి వచ్చారు. జై కార్ తీయబోతుంటే, బావా! బైక్ మీద వెళ్దాం అని అడిగింది సుమిత్ర.

జై బైక్ తీసి స్టార్ట్ అయ్యాడు. సుమిత్ర ఎక్కి జై ని గట్టిగా ఆనుకుని కూర్చుంది.

బైక్ ముందు కి పోయేసరికి ఆనుకోవడం కాస్త హత్తుకోవడం అయింది. సుమిత్ర తన ఎద సంపదలతో జై వెన్నుకి, చేతితో జై నడుముకి చెక్కిలి గింతలు పెడుతోంది.

దేవి, చక్కగా కూర్చో అమ్మా, నా వల్ల కావడం లేదు అన్నాడు జై. దూరం జరగాలా బావ అని గోముగా అడిగింది. అంటే ఇలా కూడా బానే ఉంది, వెన్నుని అలాగే కౌగిట్లో బంధించు, కానీ నడుము ని వదిలేయ్ డార్లింగ్, నాకు ఇబ్బంది అవుతుంది, స్కిడ్ అయితే ఇద్దరం కింద పడతాం డార్లింగ్ అన్నాడు జై. అవునా బంగారం, ఇప్పుడే నీ బుగ్గ మీద ముద్దు ఇద్దామనుకున్న క్రిష్ అంది సుమిత్ర. క్రిష్ ఎంటి దేవి అన్నాడు జై. నువ్వు నా చిన్ని కన్నయ్య కద అందుకే క్రిష్ అంది సుమిత్ర. అవునా రాధా అన్నాడు జై. లైన్ లోకి వచ్చాడు నా బంగారం అంటూ బుగ్గ గట్టిగా గిల్లింది.

ఏంటి మరదలు పిల్లా, మంచి హుషారుగా ఉన్నావు, ఏంటి విషయం అన్నాడు జై. మన ఇద్దరం కలిసి మనం మాత్రమే ఉన్నపుడు నా ప్రేమ రెట్టింపు అవుతుంది బంగారం అంది సుమిత్ర. దేవి, ప్రేమ ఎప్పుడు మారకూడదు. అది మారదు మనసులో ఉంటుంది, చూపించడం మాత్రం ఇలా మారుతూ ఉంటుంది బంగారం అంది సుమిత్ర.

పోనిలే అన్నాడు జై. సుమిత్రకి కోపం వచ్చింది, బైక్ ఆపమంది. సైడ్ తీసాడు బైక్, వెంటనే జై పెదాలు గట్టిగా లాగి డీప్ కిస్ ఇచ్చింది సుమిత్ర.

ఏం మాట్లాడలేదు జై, అలాగే ఉండిపోయాయడు. ఇంక ఎప్పుడైనా సరేలే అంటావా నా ప్రేమని అంది సుమిత్ర. ఇంత హాట్ గా చెప్పాక కూడా అంటానా దేవి అన్నాడు జై.

తర్వాత ఇద్దరు కలిసి విజయేంద్ర వర్మ గారు ఇంటికి వెళ్లారు. సుమిత్ర ని చూడగానే ఆయన ఎందుకు వచ్చావ్, ఏం ముఖం పెట్టుకుని వచ్చావ్ అని అరిచాడు. వెంటనే ముందుకు వచ్చాడు జై. మావయ్యా! నేను చెప్పేది విను అన్నాడు జై.

ఎవరు నువ్వు అని అడిగాడు విజయేంద్ర. మావయ్యా, నేను నీ చెల్లి సంజన దేవి కొడుకుని అన్నాడు. నేను నీ కూతురుని ప్రేమిస్తున్నా కూడా. కానీ మా అమ్మ, నాన్న మీకు కులాల పట్టింపు ఉంది అని, ఇంకా డబ్బు ఉన్నవాళ్ళకి ఇచ్చి చేస్తారు అని చెప్పారు, అని వాళ్ళకి తెల్సిన స్టోరీ అంత చెప్పాడు వాళ్ళ అమ్మ నాన్న చెప్పింది.

విజయేంద్ర వర్మ అప్పుడు మొత్తం జరిగింది చెప్పడం మొదలు పెట్టాడు. జై వీడియో ఆన్ చేసాడు. నేను(రచయిత) మీకు చెప్తాను.

సంజన, రాఘవ క్లోజ్ గా ఉండడంతో వెళ్లి వాళ్ళ నాన్నకి చెప్పాడు విజయేంద్ర. దానికి నరేంద్ర గారు అంత కంటే గుణవంతుడిని నేను తేలేను రా, నువ్వు తేగలవా అన్నారు నరేంద్ర గారు. నా ఉద్దేశం కూడా అదే నాన్న, మీరు ఏం అంటారా అని అడిగాను అన్నాడు విజయ్.

సరే విజయ్, రేపు అమ్మతో మాట్లాడతా అన్నారు నరేంద్ర గారు. తర్వాత రోజు తన నిర్ణయం శకుంతల దేవి గారితో పది రెట్లు ఆస్తి ఉంది అంటే ఎవరు అని అడిగారు ఆమె. రాఘవ పేరు చెప్పగానే ఆమె అంత ఎత్తు లేచారు. వెంటనే మనకంటే పది రెట్లు అతను గుణవంతుడు, కచ్చితంగా ఎదుగుతాడు, మనం నమ్మచ్చు అన్నాడు నరేంద్ర. రుస రుస వెళ్లిపోయారు శకుంతల గారు.

తర్వాత విజయ్ తో, డబ్బు లేదు అంటే పర్వాలేదు కానీ, ఇక్కడ కులం కూడా మన కులం కాదు కదా అన్నారు శకుంతల గారు. వెంటనే అతను మన కులం అవ్వడం చాల ముఖ్యం

అన్నాడు. అవును నువ్వు నాన్నగారితో మాట్లాడు అయితే అన్నారు శకుంతల గారు.ఎందుకు అమ్మ! ఆయన మన కులం వాడినే చూసారు, మనం మంచితనం అనే కులం లో ఉన్నాం, అతను కూడా అదే కులం అన్నాడు విజయ్.

తర్వాత రోజు వీళ్ళు ఇద్దరు చనిపోయిన నాటకం నిజంలా అందరికీ తెల్సింది. నరేంద్ర గారు డబ్బు లేని వాళ్ళకి, అందులో మంచివాళ్ళకి ధైర్యం ఉండదు అని, అందుకే తన కూతురుని కోల్పోయా అని బాధలో నిర్ణయానికి వచ్చారు. సుమిత్ర పుట్టాక కాస్త కుదుటపడ్డారు.

అలా చెప్పడం ముగించారు విజయేంద్ర గారు . అది జరిగింది అక్కడ. మీ అమ్మ నాన్న ఏది పూర్తిగా వినలేదు, పూర్తిగా చెప్పలేదు, వాళ్ళలో వాళ్ళు ఏదో అనేసుకుని వాళ్ళు బాధ పడి, మమ్మల్ని బాధపెట్టి ఏదేదో చేసారు. ఇప్పుడు చెప్పు అమ్మా సుమిత్ర, ఎవరు ఎవరిని బాధపెట్టారు అని అడిగారు విజయ్ గారు.

నాన్నా! నాది అత్త పోలికే కదా, నా కంగారు అత్త కంగారే. ఆ తప్పు వల్ల ఇంతకాలం ఘోరంగా దూరంగా ఉన్నాం. కానీ అది ఎంత పెద్ద తప్పు ఐనా క్షమించే గుణం నీది, అలాంటిది శరణు అంటూ వచ్చిన చెల్లి ని క్షమించవా అంది సుమిత్ర. ఎవరు వచ్చారు అని అడిగారు విజయ్.

నాన్నా! నేను, బావ మా అత్త తరపున క్షమాపణ అడుగుతున్నాం. వాళ్ళ కోసం ఏ శిక్ష అయినా అనుభవించడానికి సిద్ధంగా ఉన్నాం అని జై చేతిని పట్టుకుని వచ్చి అమ్మ, నాన్న కాళ్ళపై పడింది సుమిత్ర జైతో సహా.

ఇంకా ఆలోచిస్తున్నారు విజయేంద్ర గారు. వెంటనే జై చేతులో ఉన్న మొబైల్ తీసుకున్న సుమిత్ర వాళ్ళ నాన్న ముందు పెట్టింది. అందులో అప్పటిదాకా జరిగింది చూసి ఏడుస్తూ ఉన్న రాఘవ గారు, సంజనగారు విజయ్ గారిని చూడడంతోనే మోకాళ్ళ పై కూర్చొని దండం పెట్టారు. మీ పెద్ద మనసు అర్థం చేసుకోలేక, మీకు మీ కుటుంబానికి అంత పెద్ద ఇబ్బంది తెచ్చిపెట్టాను నన్ను క్షమించండి అన్నారు రాఘవ గారు. మీరెంత మంచివాళ్ళు తెల్సి కూడా, నేను తప్పుగా అర్థం చేసుకుని ఇంత బాధ పడుతున్నా. నన్ను కొట్టు తిట్టు అన్నా, కానీ ఇంకా దూరం పెట్టకు అని అన్నారు సంజన గారు.

చెల్లి, బావ అలా క్షమాపణ చెప్పే సరికి ఒక్కసారిగా ప్రేమ పొంగుకు వచ్చింది విజయేంద్ర వర్మగారికి. వాళ్ళ ఆవిడ శారదా దేవి ని పిలిచి, చెల్లిని, బావని చూపించారు. వాళ్ళు బ్రతికే ఉండడంతో ఈయన ఆనందంకు అంతే లేదు, ఉన్నపళంగా వాళ్ళని తీసుకు రావడానికి కార్స్ వెళ్ళాయి. రాఘవ గారు, సంజనగారు, శ్రీజ ఇంకా శ్రీ కూడా వచ్చారు. వాళ్ళతో, తన

చెల్లితో అంత బాగా మాట్లాడాడు, రాఘవ గారితో కూడా బాగా మాట్లాడాడు, శ్రీజ జై తో కూడా. కానీ సుమిత్ర తో అసలు మాట్లాడం లేదు. ఎందుకు అన్నయ్య! దాన్ని దూరం పెడుతున్నావ్, అసలే అచ్చు నాలా ఉంది అని అడిగారు సంజన గారు.

చేయి దాటిపోయిన వాళ్ళని ఏం చేస్తాము. దానికి వాళ్ళ తాత డబ్బు ఇచ్చి పాడు చేసాడు, ఇప్పుడు ఏం అనలేకపోతున్నం అన్నారు విజయేంద్ర.

నేను మారిపోయా డాడీ. పార్టీ పబ్ లంటూ తిరగను, ఇంకా ఆల్కహాల్ అయితే ముట్టను. నీ మీద ఒట్టు. బావ ప్రేమ అంతా చూపించి నాకు మాన్పించాడు అంది సుమిత్ర.

అవునా అంటూ ఒకసారి అలా చుసారు విజయేంద్ర. ఇంక అయితే జై పెళ్ళి చేసేద్దాం అన్నారు విజయేంద్ర.

అంతే పిల్ల పెద్దది కదా అన్నారు సంజన గారు. అవును సరే ఆమెకి సంబంధాలు ఏమైనా చూస్తున్నరా, ఇతను ఎవరు, మీతో పాటు వస్తే మీ అల్లుడు అనుకున్న అని శ్రీని చూసించి అడిగారు విజయేంద్ర గారు.

కాబోయే అల్లుడు మావయ్య అంది శ్రీజ. నువ్వు ఊరుకో అన్నారు ఒకేసారి రాఘవ గారు, సంజన గారు.

ఎందుకు పిల్ల మీద అరుస్తున్నావ్ అన్నారు విజయేంద్ర గారు. దానికి ఆమె ఇది ప్రేమ అంటూ వేషాలు వేస్తోంది అన్నారు సంజన గారు. వేస్తే ఏమైంది, నువ్వు వేయలేదా, నా కూతురు వేయడం లేదా అన్నారు విజయేంద్రగారు.

అన్నయ్య, మంచివాడిని ప్రేమిస్తే నేను ఎందుకు వద్దు అంటా. అతను మా బావగారు అమ్మాయిని చేసుకుని విడాకులు ఇచ్చాడు, మళ్ళా అతనితో నా ఇంటి పిల్లకి ఎలా చేస్తాను అని అడిగారు సంజనగారు.

ఏమో అతను మంచివాడే అయి ఉండచ్చు కదా, లేదా నీ పెద్ద కూతురు తో అభిప్రాయం భేధం వచ్చి ఉండచ్చు అన్నారు విజయేంద్ర.

అప్పుడే అక్కడికి వచ్చారు లావణ్య నాన్న గారు. అమ్మా సంజన! నువ్వు, తమ్ముడు అల్లుడు ని తప్పుగా అనుకుంటున్నారు. నిజానికి మొత్తం తప్పులు అన్నీ నా కూతురువి. కానీ అవన్నీ ఇంటి దగ్గర చెప్తే చిన్న చూపు వస్తుంది మా మీద అని ఎవరికీ చెప్పలేదు, అసలు ఏం జరిగింది అంటే అని మొత్తం చెప్పారు ఆయన.

శ్రీ గొప్పతనానికి, ఓర్పుకి ఫిదా అయ్యారు అంతా అక్కడ. ఇంకా రెండు పెళ్లిళ్లు ఒకే ముహూర్తంలో చేయాలి అని నిర్ణయించారు.

పెళ్లిళ్లు రెండు కూడా వాళ్ళ భవంతి లో జరగాలి అని ఆర్డర్ వేశారు విజయేంద్ర వర్మ గారు. బావా, ఇంత కాలం మిమ్మల్ని తప్పుగా అర్థం చేసుకుని బాధ పెట్టాను, ఇంక మీరు ఎలా చెప్తే అలా వింటాను అన్నారు రాఘవ గారు.

పెళ్లి హడావిడి మొదలు అయింది. ఒక పక్క వేద మంత్రాలు, ఇంకో పక్క సంబరాలు, మరో పక్క అమ్మాయిల కొంటె చూపులు, వేరో పక్క అబ్బాయిల చిలిపి అల్లర్లు ఇలా అద్భుతంగా పెళ్లి సందడి మొదలు అయింది. వేదిక మీద పట్టు పంచె కట్టుకుని పూజ మొదలు పెట్టారు అబ్బాయిలు ఇద్దరు. అసలే అందగాళ్లు, ఆ పైన పెళ్లి కళ. అక్కడ ఉన్నవాళ్ళు అంతా వీళ్ళ నుంచి చూపు తిప్పడం లేదు.

అప్పుడే ఇద్దరు పెళ్లి కూతుళ్లను తీసుకొచ్చారు. ఇద్దరూ అపురూప సౌందర్యవతులు, ఇంకా పది మంది అప్సరసలు అంతా వచ్చి ఒక్కటిగా నిలబడి ఇంత అందంగా ఉంటారా అనిపించెంత అందంగా ఉన్నారు వాళ్ళు.

శ్రీ శ్రీజ, జై సుమిత్ర జంటలు చూస్తే ఒకరి కోసం ఒకరు పుట్టారా అనిపించేలా ఉన్నారు.

బ్రహ్మ ముహూర్తం సమయం లో జీలకర్ర, బెల్లం పెట్టేపుడు శ్రీజ అల్లరి చేస్తే సుమిత్ర చాలా సైలెంట్ గ ఉంది. జై అల్లరి చేస్తే శ్రీ మాత్రం చాలా సైలెంట్ గా ఉన్నాడు. తర్వాత ఇద్దరి చేత తాళి కట్టించేసారు.

ఆ రోజు రాత్రికే కార్యం ముహూర్తం పెట్టించారు. పూజలు చేయించి పాల గ్లాస్ పట్టుకుని లోపలికి పెళ్లి కూతుళ్లను పెళ్లి కొడుకుల గదిలోకి పంపారు. వచ్చింది శ్రీజ, ఇందాక ఆ అల్లరి ఏంటి మిల్కీబార్ అన్నాడు శ్రీ. మీరు అంటే లావణ్య అక్క తో పెళ్లి అయినపుడు అన్ని సరదాలు అయ్యాయి, మాకు ఇదే ఫస్ట్ కదా అంది శ్రీజ. ఒక్కసారిగా కళ్లలో నీళ్లు వచ్చాయి శ్రీ కి. నేనేమన్నా పెళ్లి చేసుకో అని బ్రతిమాలాడనా, నేనే కావాలి నేనే లోకం అన్నావు, నేను ఇంక ఒకే అన్నాను. ఇప్పుడు సెకండ్ హ్యాండ్ అంటున్నావు అన్నాడు శ్రీ. అయ్యో బావా, జోక్ చేద్దాం అనుకున్నా, అది నాకే తగిలింది, నా తలరాత. నేను ఇంకెప్పుడూ అక్క విషయం పట్టుకురాను, నిజానికి నీకు గుర్తు రాకుండా చేయాలి అనుకుని పిచ్చి జోక్ పేల్చాను. ఇవాళ మన తొలి రాత్రి బావా, అలా ఉండకు, తప్పు ఐంది క్షమించు అంటూ కాళ్ళు మీద పడింది శ్రీజ. అయ్యో లే, అంటూ పైకి లాగాడు శ్రీ. వెంటనే శ్రీ ని గట్టిగా కౌగిలి లో బంధించింది శ్రీజ, శ్రీజ తనువు మొత్తం శ్రీ పెదాల స్పర్శ తగిలింది.

శ్రీజ తట్టుకోలేక శ్రీ పెదాలను మళ్ళా తన పెదాలతో బంధించింది, వెను వెంటనే శ్రీ తలని తన ఎద సంపదలతో ఆటలాడించింది. అలా శ్రీ, శ్రీజ నాభి లోతులను,పక్కనే ఉన్న చంద్ర వంక లాంటి నడుముని చూసి దాన్ని కాసేపు బుజ్జగించి,తనువు తటాకంలో జలకాలాడి అన్ని సొగసులు దోచుకున్నాడు. సరస సమరంలో అలసిన తర్వాత శ్రీజ తో, ఇంత అందంగా, అంత సన్నంగా ఉన్న నడుము నా సొంతం అయినందుకు ధన్యుడిని దేవి అన్నాడు శ్రీ. సరే బావ సూపర్ బావ, హ్యాపీ నా బావ అని అడిగింది శ్రీజ .చాలా బుజ్జిలు, కానీ నువ్వు హ్యాపీనా అని అడిగాడు శ్రీ. నువ్వు పక్కన ఉంటే హ్యాపీ బావా అంది శ్రీజ.

ఆలా వాళ్ళు కాసేపు మాట్లాడుకుని పడుకున్నారు.

అక్కడ సుమిత్ర పాల గ్లాస్ తో జై గదిలోకి వెళ్ళింది. అక్కడ ఉన్న జై తో, మీ అక్క తమ్ముళ్లకి అసలు భయం, సిగ్గు లేవు. అందరిలో ఆ అల్లరి ఏంటి మీరు అంటూ అలక ముఖం పెట్టింది.

ఏంటి దేవి ఇప్పుడు అలక అయితే ఏం చేయకుండా నిద్రపోవాలి అంతేనా అన్నాడు జై. రాజ్! అలక తీర్చే మార్గాలు చాలా ఉన్నాయి కదా, ముద్దులు కౌగిలింతలు ఇంకా ఎన్నెన్నో అంది సుమిత్ర. ముద్దు కావాలని సూటిగా చెప్పవచ్చు కదా అన్నాడు జై. హమ్మో, అమ్మాయిలు చాల డేంజర్ అవుతున్నారు అనుకుంటారు రాజ్ అంది. సరే ఇప్పుడు నా అధర సంతకాలు ఎక్కడ చేయాలి.

ఇక్కడ అక్కడ అని ఏముంది బావా, నీ ఇష్టం నీకు రాసి ఇచ్చేసా సొగసులు మొత్తం అంది సుమిత్ర.

అవునా అయితే ఎక్కడ ఇవ్వాలో అధర సంతకాలు ఆలోచించాలి.

నయనాలకి అందంగా ఎదురైన నీ నుదుటి మీద చేయాలా, నది వంపు ని తలపిస్తున్న మెడ పై చేయాలా,

ముచ్చటగా నీ వీపు పై సుతారంగా చేయాలా,

ఆరాటంగా నా ప్రేమ కోసం చూస్తున్న చక్షువుల పై చేయాలా,

నా పెదవుల కలయిక కోసం వణుకుతున్న నీ పెదాలపై చేయాలా,

నన్ను చూసి సిగ్గు పడుతున్న బుగ్గలపై చిలిపిగా చేయాలా,

పాపి కొండల వలె ఎగిసి పడుతున్న అందమైన ఎదలపై చేయాలా,

నెలవంక ని తలపిస్తున్న మత్తు వెదజల్లుచున్న నడుముపై చేయాలా,

నా లోతు ఎంతో చూడమంటున్న నాభి సంపద పై చేయాలా,

నీకే మొత్తం రాసిచ్చాను అని కోరికని తెలుపుతున్న సొగసులు పై చేయాలా,

నాకు తెలియడం కోసం గజ్జల శబ్దం తో వయ్యారంగా నడుస్తున్న పాదాలపై చేయాలా.

ఆ కవిత విన్న సుమిత్ర అమాంతం జై కి ముద్దుల వర్షం కురిపించింది. తనువుల యుద్ధం చేస్తూ ఒకరి మీద ఒకరు ఆనందంగా ఓడిపోతూ, ఇంకా ఆనందంగా గెలుస్తూ, అద్భుతంగా సరసాలు సాగించారు రాత్రంతా.

తర్వాత రోజు పిల్లలు నలుగురికి ఆఫీస్ బాధ్యత అప్పజెప్పి విజయేంద్ర వర్మ గారు విశ్రాంతి తీసుకోవడం మొదలు పెట్టారు.

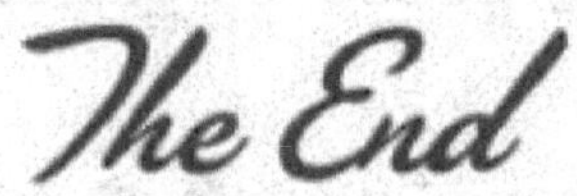

రచయిత పరిచయం

పేరు : చామర్తి తేజోరామ్

వృత్తి : సాఫ్ట్‌వేర్ ఇంజనీర్

ప్రవృత్తి : రచయిత, యాత్రికుడు

ఊరు : భీమవరం

రచనలు : 300 పైగా కవితలు, 100 కథలు, 9 నవలలు (వెబ్)

పురస్కారాలు : ప్రతిలిపి వారి నుండి సూపర్ రైటర్స్ అవార్డు – నిన్ను కోరి నవలకి

ముద్రిత రచనలు : పోటీ (నవల), ఇంద్రాణి కళ్యాణం (నవల), నిన్ను కోరి (నవల)

SUPPORTS

- PUBLISH YOUR BOOK AS YOUR OWN PUBLISHER.

- PAPERBACK & E-BOOK SELF-PUBLISHING

- SUPPORT PRINT ON-DEMAND.

- YOUR PRINTED BOOKS AVAILABLE AROUND THE WORLD.

- EASY TO MANAGE YOUR BOOK'S LOGISTICS AND TRACK YOUR REPORTING.